രാസബന്ധവും രാസ ഊർജ്ജവും

rasabhandavum rasaoorjavum

•

p k raveendran

•

first edition
september 2018

•

published
chintha publishers, thiruvananthapuram

•

typesetting
star communications, thiruvananthapuram

•

cover
midas

വിതരണം

ദേശാഭിമാനി ബുക്ക് ഹൗസ്

H O തിരുവനന്തപുരം-695 035
phone: 0471-2303026, 6063026
www.chinthapublishers.com
chinthapublishers@gmail.com

ബ്രാഞ്ചുകൾ

ഹെഡ്ഡാഫീസ് ബ്രാഞ്ച് കുന്നുകുഴി • സ്റ്റാച്ച്യു തിരുവനന്തപുരം • കെ എസ് ആർ ടി സി ബസ് സ്റ്റേഷൻ ആലപ്പുഴ • കെ എസ് ആർ ടി സി ബസ് സ്റ്റേഷൻ എറണാകുളം • മച്ചിങ്ങൽ ലെയ്ൻ തൃശൂർ • ഐ ജി റോഡ് കോഴിക്കോട് • മാവൂർ റോഡ് കോഴിക്കോട് • എൻ ജി ഒ യൂണിയൻ ബിൽഡിങ് കണ്ണൂർ • സെൻട്രൽ ബസ് ടെർമിനൽ കോംപ്ലക്സ് താവക്കര കണ്ണൂർ

CO - SP / 2798 / 4513
ISBN - 978-93-86637-68-0

രാസബന്ധവും
രാസ ഊർജ്ജവും

പി കെ രവീന്ദ്രൻ

ചിന്ത പബ്ലിഷേഴ്സ്
തിരുവനന്തപുരം-695 035

പി കെ രവീന്ദ്രൻ

തൃശൂർ ജില്ലയിലെ ചെന്ത്രാപ്പിന്നിയിൽ ജനനം.

വിവിധ സർക്കാർ കോളേജുകളിൽ രസതന്ത്ര അദ്ധ്യാപക നായി ജോലി ചെയ്തു. കോളേജ് വിദ്യാഭ്യാസ ഡെപ്യൂട്ടി ഡയറക്ടറായി റിട്ടയർ ചെയ്തു. കേരള ശാസ്ത്രസാഹിത്യ പരിഷത്തിന്റെ മുൻ പ്രസിഡന്റ്.

പെനിസിലിനിന്റെ കഥ, സന്തുലനം രസതന്ത്രത്തിൽ, രസതന്ത്രം നാട്ടിലും വീട്ടിലും, നിറമുള്ള പരീക്ഷണങ്ങൾ, രസതന്ത്രം : ഭാഷയും വ്യാകരണവും, നമ്മുടെ ഭക്ഷണം നമ്മുടെ വളപ്പിൽ, മാലിന്യസംസ്കരണം മാറേണ്ട ധാരണകൾ എന്നിവ ഉൾപ്പെടെ പത്തിലേറെ പോപ്പുലർ സയൻസ് പുസ്തകങ്ങൾ രചിച്ചിട്ടുണ്ട്.

സന്തുലനം രസതന്ത്രത്തിൽ, നമ്മുടെ ഭക്ഷണം നമ്മുടെ വളപ്പിൽ എന്നീ പുസ്തകങ്ങൾക്ക് കേരള സംസ്ഥാന ശാസ്ത്രസാങ്കേതികപരിസ്ഥിതി കൗൺസിലിന്റെ പുരസ്കാരം ലഭിച്ചു.

ഭാര്യ : തുളസി

മക്കൾ : ശാരിക, ശ്രീകാന്ത്

വിലാസം : സൂര്യ, വടക്കേ അങ്ങാടി,
ഞാറക്കൽ, എറണാകുളം - 682505

ഉള്ളടക്കം

പ്രസാധകക്കുറിപ്പ്

ഒരു അംഗീകൃത പാഠ്യപദ്ധതിയുടെ അടിസ്ഥാനത്തിലുള്ള പാഠ്യക്രമമനുസരിച്ചാണ് നമ്മുടെ സ്കൂൾ സമ്പ്രദായത്തിൽ പാഠപുസ്തകങ്ങൾ തയ്യാറാക്കപ്പെടുന്നത്. അംഗീകൃത യോഗ്യതകൾ ഉള്ള അദ്ധ്യാപകർ അതു പഠിപ്പിക്കുന്നു. കുട്ടികൾ അതു പഠിക്കുകയും വിവിധ നിലകളിൽ മാർക്കു നേടി വിജയം കരസ്ഥമാക്കുകയും ചെയ്യുന്നു. ഇതെല്ലാമായിട്ടും തങ്ങൾ പഠിക്കുന്ന പാഠങ്ങളുമായി ബന്ധപ്പെട്ട് അറിഞ്ഞിരിക്കേണ്ടതും പഠിച്ചിരിക്കേണ്ടതുമായ പല അറിവുകളും വിട്ടുപോകുന്നു. പാഠഭാഗങ്ങളിൽ പെട്ടതു തന്നെയും ദുർഗ്രാഹ്യവും വിരസവും ആയതുകൊണ്ട് അവ മനസ്സിൽ പതിയുകയോ അറിവു വളർത്തുകയോ ചെയ്യാതെ പോകുന്നു.

ഇതൊരു കുറവുതന്നെയാണ്. ഈ കുറവ് എങ്ങനെ പരിഹരിക്കാം. അദ്ധ്യാപകരെന്ന നിലയിൽ സമർത്ഥരും എഴുത്തുകാരുമായ അദ്ധ്യാപകരുടെ കൂട്ടായ്മ ഈ വെല്ലുവിളി ഏറ്റെടുക്കുവാൻ തയ്യാറായി. അതിന്റെ ഫലമാണ് *സ്കൂൾ പ്ലസ്* എന്ന പുസ്തകപരമ്പര. പാഠപുസ്തകത്തിൽനിന്ന് പകർന്നുകിട്ടുന്ന എല്ലാ അറിവിന്റെയും അനുബന്ധ വിവരങ്ങളാണ് ഈ പുസ്തകങ്ങളുടെ ഉള്ളടക്കം. സുഗ്രാഹ്യമായും രസകരമായുമാണ് ഈ പുസ്തകങ്ങൾ രചിക്കപ്പെട്ടിരിക്കുന്നത്. ഓരോ ക്ലാസിലെയും

എല്ലാ കുട്ടികളുടെയും അറിവിന്റെ ചക്രവാളം വികസ്വരമാക്കുവാനും പുതിയ അധികപുസ്തകങ്ങൾ തേടിപ്പിടിച്ചു വായിക്കുവാനും ഈ പുസ്തകപരമ്പര സഹായകമാകും.

രാസബന്ധവും രാസ ഊർജ്ജവും എന്ന ഈ പുസ്തകം വിദ്യാർത്ഥികൾക്ക് രസതന്ത്രത്തെ കൂടുതൽ മനസ്സിലാക്കാൻ ഉതകുന്നവിധം തയ്യാറാക്കപ്പെട്ടതാണ്. വിദ്യാർത്ഥികൾക്കും അദ്ധ്യാപകർക്കും മറ്റ് രാസതന്ത്ര പഠിതാക്കൾക്കും ഈ പുസ്തകം പ്രയോജനകരമാവുമെന്ന് ഞങ്ങൾ കരുതുന്നു.

ചിന്ത പബ്ലിഷേഴ്സ്

1

പ്രാരംഭം

പ്രകൃതിയിൽ കണ്ടുവരുന്നതും മനുഷ്യനിർമ്മിതവുമായ 118 മൂലകങ്ങൾ ഇന്ന് മനുഷ്യന്റെ അറിവിലുണ്ട്. ഇവയിൽ വിരലിലെണ്ണാവുന്നവ മാത്രമാണ് സ്വതന്ത്ര അവസ്ഥയിൽ കണ്ടുവരുന്നത്. സ്വർണ്ണം, വെള്ളി, ചെമ്പ്, ഓക്സിജൻ, നൈട്രജൻ, കാർബൺ, സൾഫർ എന്നിങ്ങനെ വളരെക്കുറച്ച് മാത്രം. മറ്റു മൂലകങ്ങളെല്ലാം തന്നെ മറ്റുള്ളവയുമായി ചേർന്ന് യൗഗിക രൂപത്തിലാണ് പ്രകൃതിയിൽ കണ്ടുവരുന്നത്. പ്രകൃതിയിൽ കണ്ടുവരുന്നത് നൂറിൽ താഴെ മൂലകങ്ങളാണ്. ഇവ പരസ്പരം കൂടിച്ചേർന്ന് കോടിക്കണക്കിന് സംയുക്തങ്ങളുണ്ടാക്കിയിട്ടുണ്ട്. എന്തുകൊണ്ടാണ് മൂലകങ്ങൾക്ക് സ്വതന്ത്ര അവസ്ഥയിൽ നിലനില്ക്കാൻ കഴിയാത്തത്? എന്തുകൊണ്ടാണ് അവ രാസസംയോജനങ്ങളിൽ ഏർപ്പെടുന്നത്? എങ്ങനെയാണ് രാസസംയോജനങ്ങൾ നടക്കുന്നത്? ഇത്തരം ചോദ്യങ്ങൾ രസതന്ത്രം രൂപംകൊണ്ടകാലം മുതൽ ഉയർന്നുവന്നിരുന്നു.

മുറ്റത്തോ പറമ്പിലോ കിടക്കുന്ന ഒരു ഇരുമ്പ് ആണി ശ്രദ്ധിച്ചിട്ടുണ്ടോ? നല്ല വെളുത്ത തിളക്കമുള്ള വസ്തുവായിരുന്നു അത്. ഏതാനും ദിവസം കഴിഞ്ഞപ്പോൾ തവിട്ടുനിറത്തിലുള്ള

ഒരുപാട അതിനു പുറത്തു വന്നതായിക്കാണാം. തിളക്കം നഷ്ട പ്പെട്ടിരിക്കുന്നതായും കാണാം. കുറെ നാളുകൾ കഴിഞ്ഞാലോ ഇത് തവിട്ടുനിറത്തിലുള്ള പൊടിയായി, മണ്ണിന്റെ ഭാഗമായി മാറിയിരിക്കുന്നതായി കാണാം. ഇതാണ് തുരുമ്പ്. ഇരുമ്പിന്റെ (അയേൺ) ഒരുതരം ഓക്സൈഡാണ് തുരുമ്പ്. ഇരുമ്പ് തുരു മ്പാകുന്നത് ഒരു രാസപ്രവർത്തനത്തിന്റെ ഫലമായാണ്. പതുക്കെ നടക്കുന്ന രാസപ്രവർത്തനം. എല്ലാ രാസപ്രവർത്ത നങ്ങളും ഇതുപോലെ നടക്കുന്നവയല്ല. കണ്ണടച്ചു തുറക്കുന്ന വേഗത്തിൽ നടക്കുന്നവയുമുണ്ട്. വിഷുവിനും ദീപാവലിക്കും ഈസ്റ്ററിനും പടക്കം പൊട്ടിക്കുന്നതിൽ പങ്കാളിയായി കാണും നിങ്ങൾ. പടക്കത്തിന്റെ തിരിക്ക് തീ പിടിച്ചു കഴിഞ്ഞാൽ കണ്ണ ടച്ചു തുറക്കും മുൻപേ പടക്കം പൊട്ടിക്കഴിഞ്ഞിരിക്കും. പടക്ക ത്തിലുള്ള രാസവസ്തുക്കൾ ഓക്സീകരിക്കപ്പെട്ട് കാർബൺ ഡൈ ഓക്സൈഡ്, സൽഫർ ഡൈ ഓക്സൈഡ് തുടങ്ങി യവ രാസവസ്തുക്കളാവുന്ന രാസപ്രവർത്തനം നിമിഷനേരം കൊണ്ട് നടക്കുന്നു. നിങ്ങൾ സോപ്പുണ്ടാക്കി നോക്കിയിട്ടുണ്ടോ, *കോസ്റ്റിൽ സോഡ* (സോഡിയം ഹൈഡ്രോക്സൈഡ്) ലായ നിയിലേക്ക് വെളിച്ചെണ്ണ ചേർത്ത് ഇളക്കിയാൽ പതുക്കെ ഖര രൂപത്തിലുള്ള സോപ്പുണ്ടാകുന്നതുകാണാം. ഇത് ഒരു രാസ പ്രവർത്തനത്തിന്റെ ഫലമാണ്. സാവധാനം എന്നാൽ വളരെ പതുക്കെയല്ലാതെ നടക്കുന്ന രാസപ്രവർത്തനം. അങ്ങനെ വ്യത്യസ്ത വേഗങ്ങളിൽ നടക്കുന്ന രാസപ്രവർത്തനങ്ങളുണ്ട്. പതുക്കെ, വളരെ പതുക്കെ, വേഗത്തിൽ അതിവേഗത്തിൽ, നിമി ഷനേരംകൊണ്ട് എന്നിങ്ങനെയാണവ. എന്തുകൊണ്ടാണിത്? രാസപ്രവർത്തനങ്ങൾക്ക് വ്യത്യസ്ത വേഗമുണ്ടാകുന്നതെന്തു കൊണ്ടാണ്? എന്തെല്ലാം ഘടകങ്ങളാണ് രാസപ്രവർത്തന ത്തിന്റെ വേഗത്തെ നിർണ്ണയിക്കുന്നത്?

അടുക്കളയിൽ ഇന്ധനമായി വിറകും കരിയും മണ്ണെണ്ണയും പാചകവാതകവും ഉപയോഗിച്ചു വരുന്നുണ്ട്. പാചകവാതകമോ വിറകോ വായുവിൽ കത്തി ചൂടു പുറത്തുവിടുന്നു. ഈ ചൂടു

കൊണ്ടാണ് പാചകം നടക്കുന്നത്. പാചകവാതകം ഓക്സിജനിൽ കത്തി കാർബൺ ഡൈ ഓക്സൈഡും ജലവുമുണ്ടാകുമ്പോൾ പുറത്തു വരുന്ന ചൂടാണ് ഇവിടെ ഉപയോഗിക്കപ്പെടുന്നത്. ലബോറട്ടറിയിൽ പല രാസപ്രവർത്തനം നടക്കുമ്പോഴും താപം പുറത്തുവരുന്നതായി കാണാറില്ല. ഒരു ടെസ്റ്റ് ട്യൂബിൽ എടുത്ത സോഡിയം ക്ലോറൈഡ് ലായനിയിലേക്ക് സിൽവർ നൈട്രേറ്റ് ലായനി ചേർത്താൽ ഒരു വെളുത്ത അവക്ഷിപ്തമുണ്ടാകുന്നു. പക്ഷേ, താപമാറ്റമുണ്ടാകുന്നില്ല. എന്നാൽ സോഡിയം ഹൈഡ്രോക്സൈഡ് ലായനിയിലേക്ക് ഹൈഡ്രോക്ലോറിക് അമ്ലം ചേർത്താലോ? ടെസ്റ്റ് ട്യൂബിൽ ചൂട് അനുഭവപ്പെടും. താപനിലയിൽ കുറവുണ്ടാകുന്ന രാസപ്രവർത്തനങ്ങളുമുണ്ട്. ഒരു ചെറിയ ബീക്കറിൽ അമോണിയം തയോസയനേറ്റും ബേരിയം ഹൈഡ്രോക്സൈഡും ചേർത്ത് നല്ലവണ്ണം ഇളക്കിയാൽ ബീക്കറിന്റെ താപനില ഐസിന്റെ താപനിലയ്ക്കടുത്തുവരെ താഴുന്നതായി കാണാം. എന്തുകൊണ്ടാണ് ഇത്തരം താപമാറ്റങ്ങളുണ്ടാകുന്നത്? രാസപ്രവർത്തനത്തിൽ പുറത്തുവിടുന്ന താപം എവിടെ നിന്നുവരുന്നു? വലിച്ചെടുക്കുന്ന താപം എവിടെ പോകുന്നു? ഇത്തരം നിരവധി ചോദ്യങ്ങൾക്ക് ഉത്തരം കിട്ടേണ്ടതുണ്ട്.

രസതന്ത്രം ഒരു പ്രത്യേക ശാസ്ത്രശാഖയായി രൂപംകൊണ്ടകാലം മുതൽ തന്നെ ഇത്തരം ചോദ്യങ്ങൾ ഉയർന്നുവന്നിരുന്നു. രസതന്ത്ര പഠനം രാസസംയോജനം സംബന്ധിച്ച പഠനമാണെന്ന് റോബർട്ട് ബോയിൽ പറയുകയുണ്ടായി. എന്തുകൊണ്ടാണ് മൂലകങ്ങൾ സംയോജിക്കുന്നത്? എങ്ങനെയാണ് രാസസംയോജനം നടക്കുന്നത്? എന്തെല്ലാം ഊർജ്ജമാറ്റങ്ങളാണ് രാസപ്രവർത്തനങ്ങളിൽ ഉണ്ടാകുന്നത്? തുടങ്ങിയ നിരവധി ചോദ്യങ്ങൾ ഉയർന്നുവന്നു. ഏതു രാസമാറ്റത്തിലും പുതിയ തന്മാത്രകളുണ്ടാകുന്നു എന്നു നമുക്കറിയാവുന്നതാണ്. അപ്പോൾ നിലവിലുണ്ടായിരുന്ന രാസബന്ധങ്ങൾ മുറിഞ്ഞു പോവുകയും പുതിയ രാസബന്ധങ്ങൾ

ഉണ്ടാവുകയും ചെയ്യുന്നുണ്ട്. ഏതെല്ലാം രാസബന്ധങ്ങൾ മുറിഞ്ഞുപോകുന്നു, ഏതെല്ലാം പുതിയതായി ഉണ്ടാകുന്നു എന്നതോടൊപ്പം രാസമാറ്റങ്ങളെ സ്വാധീനിക്കുന്ന ഘടകങ്ങളെക്കുറിച്ചും അന്വേഷണങ്ങൾ നടന്നിരുന്നു. മേൽസൂചിപ്പിച്ച ചോദ്യങ്ങൾക്ക് ഉത്തരം കണ്ടെത്താനാണ് ഇവിടെ ശ്രമിക്കുന്നത്.

2

രാസമൂലകം എന്താണ്

രാസമൂലകങ്ങൾ പരസ്പരം സംയോജിക്കുന്നത് ആറ്റങ്ങൾ തമ്മിലുള്ള സംയോജനം വഴിയാണ്. ഒരു മൂലക ആറ്റത്തിന് രാസസംയോജനങ്ങളിൽ ഏർപ്പെടാനുള്ള കഴിവാണ് അതിന്റെ സംയോജകത. ഇത്തരം വസ്തുതകൾ തമ്മിലുള്ള അന്യോന്യ ബന്ധം മനസ്സിലാക്കിയാൽ മാത്രമേ ആറ്റങ്ങൾ സംയോജിക്കുന്നതെന്തുകൊണ്ട് എന്ന ചോദ്യത്തിന് ഉത്തരം ലഭിക്കുകയുള്ളൂ. ഇവ സംബന്ധിച്ച കാഴ്ചപ്പാടുകൾ ഉരുത്തിരിഞ്ഞുവന്നരീതിയും മനസ്സിലാക്കേണ്ടതുണ്ട്.

രാസമൂലകം

ഇന്ന് അറിയപ്പെടുന്ന 118 മൂലകങ്ങളുണ്ട്. പ്രകൃതിയിൽ കാണപ്പെടുന്നവയും ലബോറട്ടറികളിൽ നിർമ്മിച്ചെടുത്തവയും ഉൾപ്പെടെയാണിത്. ഇനിയും കൂടുതൽ മൂലകങ്ങൾ കണ്ടുപിടിക്കപ്പെടുകയോ നിർമ്മിക്കപ്പെടുകയോ ചെയ്തെന്നുവരാം. എന്നാൽ പഴയകാലത്തെ മൂലക സങ്കല്പം ഇന്നത്തേതിൽ നിന്ന് വളരെ വ്യത്യസ്തമായിരുന്നു. ഗ്രീക്കു ചിന്തകനായ അരിസ്റ്റോട്ടിൽ അഭിപ്രായപ്പെട്ടത് എല്ലാ പദാർത്ഥങ്ങളും നാല് അടിസ്ഥാന ഘടകങ്ങൾ (മൂലകങ്ങൾ) കൊണ്ടാണ് നിർമ്മിക്കപ്പെട്ടിരിക്കുന്നത് എന്നാണ്. ഭൂമി (മണ്ണ്), വായു, അഗ്നി, ജലം എന്നി

അരിസ്റ്റോട്ടിൽ

വയാണ് ഈ നാലു മൂലകങ്ങൾ. തത്വചിന്തകരിൽ അരിസ്റ്റോട്ടിലിനുണ്ടായിരുന്ന അംഗീകാരവും സ്വാധീനവുംമൂലം ഈ ചതുർമൂലക സിദ്ധാന്തം നൂറ്റാണ്ടുകളോളം ആധികാരിക സിദ്ധാന്തമായി നിലനിന്നു. എല്ലാ രാസമാറ്റങ്ങളും ഇതിന്റെ അടിസ്ഥാനത്തിലാണ് വിശദീകരിക്കുകയും വ്യാഖ്യാനിക്കുകയും ചെയ്തുവന്നത്. (ഇതിനു സമാനമായ ഒന്നായിരുന്നു ഇന്ത്യയിൽ നിലവിലുണ്ടായിരുന്ന പഞ്ചഭൂത സങ്കല്പം. ഭൂമി, വെള്ളം, അഗ്നി, വായു, ആകാശം എന്നീ അഞ്ചു ഘടകങ്ങളാൽ നിർമ്മിതമാണ് പ്രപഞ്ചത്തിലെ എല്ലാവസ്തുക്കളും എന്നായിരുന്നു വിശ്വാസം) പദാർത്ഥങ്ങളുടെ ഭാരം, ചലനം, ചൂട്, തണുപ്പ് തുടങ്ങിയ ഗുണങ്ങൾക്കു കാരണമായ ഘടകങ്ങളെയാണ് മൂലകങ്ങൾ എന്നു വിവക്ഷിച്ചുവന്നത്.

എല്ലാ പദാർത്ഥങ്ങളും വീണ്ടും വിഭജിക്കാൻ കഴിയാത്ത ആറ്റങ്ങൾ കൊണ്ടാണ് നിർമ്മിക്കപ്പെട്ടതെന്ന ഡെമോക്രാറ്റിസിന്റെ അഭിപ്രായം ആധുനിക രാസമൂലക സങ്കല്പത്തെ ആധാരമാക്കിയായിരുന്നില്ല, ചതുർമൂലക സിദ്ധാന്തത്തെ ആധാരമാക്കിയായിരുന്നു. എന്നാലും പദാർത്ഥ

റോബർട്ട് ബോയിൽ

ത്തിന്റെ വീണ്ടും വിഭജിക്കാൻ കഴിയാത്ത കണിക എന്ന രീതിയിലുള്ള 'ആറ്റം' സങ്കല്പനം ഡെമോക്രിറ്റസിന്റെ സംഭാവനയാണ്. (പഞ്ചഭൂത സിദ്ധാന്തത്തെ ആധാരമാക്കിയുള്ള കണാദന്റെ 'അണു' സങ്കല്പനവും സമാനരീതിയിലുള്ള ഒന്നായിരുന്നു.) മൂലകങ്ങളെക്കുറിച്ചുള്ള ഈ ധാരണ പതിനേഴാം നൂറ്റാണ്ടിലാണ് ചോദ്യം ചെയ്യപ്പെട്ടത്. മൂലകങ്ങൾക്ക് പദാർത്ഥസ്വഭാവമാണുള്ളതെന്ന് റോബർട്ട് ബോയിൽ (Robert Boyle) അഭിപ്രായപ്പെട്ടു. മൂലകങ്ങളുടെ എണ്ണം നാലിൽ ചുരുക്കിയതിനെ അദ്ദേഹം ചോദ്യം ചെയ്യുകയും ചെയ്തു. എന്നാൽ രാസമൂലകങ്ങളെകുറിച്ചുള്ള ശരിയായ കാഴ്ചപ്പാട് രൂപപ്പെടുത്തിയത് ഫ്രഞ്ച് രസതന്ത്രജ്ഞനായ ലവോസിയേ (Antoine Lavosier) ആണ്. ലവോസിയേയുടെ പഠനങ്ങളാണ് ചതുർമൂലക സിദ്ധാന്തത്തിന്റെ പൂർണ്ണമായ നിരാകരണത്തിന് സഹായകമായത്. ശാസ്ത്രീയ രീതികൾകൊണ്ട് ഒരുതരത്തിലും വിഭജിക്കാൻ കഴിയാത്ത ശുദ്ധ പദാർത്ഥത്തെയാണ് ലാവോസിയേ മൂലകം എന്ന് നിർവ്വചിച്ചത്. മൂലകങ്ങളുടെ ഒരുപട്ടിക അദ്ദേഹം പ്രസിദ്ധപ്പെടുത്തി (1789). ചതുർമൂലകങ്ങളിലൊന്നായ ജലം ഹൈഡ്രജനും ഓക്സിജനും ചേർന്നുണ്ടാകുന്ന സംയുക്തമാണെന്ന് ലാവോസിയേ കണ്ടെത്തി. അദ്ദേഹത്തിന്റെ പട്ടിക പൂർണ്ണമായും ശരിയായിരുന്നില്ല. എങ്കിലും രാസ മൂലകങ്ങളെ ശാസ്ത്രീയമായി നിർവ്വചിക്കുന്നതിൽ ഒരു വലിയ പങ്കാണ് ലവോസിയേ നിർവ്വഹിച്ചത്.

ലവോസിയേ

ഡെമോക്രാറ്റിസിന്റെ ആറ്റമിക സങ്കല്പത്തെ ശാസ്ത്രീയമായ സിദ്ധാന്തമാക്കി അവതരിപ്പിച്ചത് ജോൺ ഡാൾട്ടൻ (1808) ആണ്. ആറ്റോമിക സിദ്ധാന്തമാണ് രാസമൂലകങ്ങളുടെ കൃത്യമായ നിർവ്വചനം സാദ്ധ്യമാക്കിയത്.

1. പദാർത്ഥങ്ങൾ വിഭജിക്കാൻ കഴിയാത്ത കണികകളായ ആറ്റങ്ങൾ കൊണ്ട് നിർമ്മിച്ചിരിക്കുന്നു.
2. മൂലകത്തിന്റെ എല്ലാ ആറ്റങ്ങൾക്കും ഭാരമടക്കമുള്ള എല്ലാ ഗുണധർമ്മങ്ങളും ഒന്നുതന്നെയായിരിക്കും.
3. മൂലകങ്ങൾ രാസസംയോജനത്തിൽ ഏർപ്പെടുമ്പോൾ സംയോജനത്തിൽ എർപ്പെടുന്ന മൂലകങ്ങളുടെ ആറ്റങ്ങൾ തമ്മിൽ ഒരു സരള പൂർവ്വ സംഖ്യാ അനുപാതമുണ്ടായിരിക്കും.

എന്നിവ ആറ്റമിക സിദ്ധാന്തത്തിന്റെ പ്രധാന പരികല്പനങ്ങളാണ്.

ഒരു മൂലകത്തിന്റെ എല്ലാ ആറ്റങ്ങളുടെയും ഗുണധർമ്മങ്ങൾ ഒരേപോലെയായിരിക്കും എന്ന പരികല്പന പരിശോധിച്ചു നോക്കൂ. ഒരേ ഗുണധർമ്മങ്ങളുള്ള ആറ്റങ്ങൾ ചേർന്ന പദാർത്ഥമാണ് മൂലകം എന്നല്ലേ ഇതർത്ഥമാക്കുന്നത്. ഇതാണ് രാസമൂലകത്തിനുള്ള ചിട്ടയായ നിർവ്വചനം. അപ്പോൾ വ്യത്യസ്ത മൂലകങ്ങളിലെ ആറ്റങ്ങൾ സ്വഭാവ സവിശേഷതകളിൽ വ്യത്യസ്തമായിരിക്കുമെന്നും വരുന്നു.

രാസമൂലകത്തെ സംബന്ധിച്ച് കൂടുതൽ വ്യക്തത നല്കിയ ഒന്നാണ് മെൻഡലീവിന്റെ ആവർത്തനപ്പട്ടിക (1869). വിശദമായ പഠനങ്ങൾക്കുശേഷമാണ് മെൻഡലീവ് തന്റെ ആവർത്തനപ്പട്ടിക പുറത്തിറക്കിയത്. ഇക്കാലംകൊണ്ട് നിരവധി മൂലകങ്ങൾ കണ്ടുപിടിക്കപ്പെട്ടിരുന്നു. മൂലകങ്ങളെ അറ്റോമിക ഭാരം കൂടുന്ന ക്രമത്തിൽ ക്രമീകരിക്കുകയാണ് അദ്ദേഹം ചെയ്തത്. രാസഗുണങ്ങളിൽ സാമ്യതയുള്ള മൂലകങ്ങൾ ഒരേ കോളത്തിൽ വരുന്ന രീതിയിലായിരുന്നു ഇത്. അറ്റോമിക ഭാരത്തിന്റെ ക്രമത്തേക്കാൾ രാസപരമായ സാമ്യത്തിനാണ് മുൻഗണന

മെൻഡലീവ്

നല്കിയത്. അതുകൊണ്ട് ചിലപ്പോഴെങ്കിലും അറ്റോമിക ഭാരത്തിന്റെ ക്രമം തെറ്റിക്കാനും മെൻഡലീവ് ധൈര്യം കാണിച്ചു. യോജ്യമായ മൂലകം കിട്ടാത്ത സ്ഥാനങ്ങൾ ഒഴിച്ചിടുകയും ആ സ്ഥാനത്തേക്ക് കണ്ടുപിടിക്കാനിടയുള്ള മൂലകത്തിന്റെ ഗുണധർമ്മങ്ങൾ പ്രവചിക്കുകയും ചെയ്തു. മെൻഡലീവ് ഇത്തരത്തിൽ ഒഴിച്ചിട്ട സ്ഥാനങ്ങളിലേക്കെല്ലാം മൂലകങ്ങൾ കണ്ടുപിടിക്കപ്പെട്ടു. അദ്ദേഹത്തിന്റെ പ്രവചനങ്ങൾക്ക് സാധൂകരണം നല്കുന്ന രീതിയിലായിരുന്നു കണ്ടുപിടിച്ച മൂലകങ്ങളുടെ രാസഗുണങ്ങൾ.

ആവർത്തനപ്പട്ടികയിൽ മൂലകത്തിനുള്ള ക്രമനമ്പറാണ് മൂലകത്തിന്റെ ആറ്റോമിക സംഖ്യ എന്നറിയപ്പെട്ടത്. രാസമൂലകത്തിന്റെ ഗുണധർമ്മങ്ങൾ അറ്റോമിക ഭാരത്തെയല്ല അറ്റോമിക സംഖ്യയെയാണ് ആധാരമാക്കുന്നതെന്ന് ഇംഗ്ലീഷ് ശാസ്ത്രജ്ഞനായ ഹെൻറി മോസ്‌ലി (Henry Moseley)യുടെ പരീക്ഷണങ്ങൾ വ്യക്തമാക്കി (1913). അങ്ങനെ എല്ലാ മൂലകങ്ങൾക്കും ആവർത്തനപ്പട്ടികയിൽ വ്യക്തമായ സ്ഥാനമുണ്ടെന്നു വന്നു. ഈ സ്ഥാനം നിർണ്ണയിക്കുന്നത് മൂലകത്തിന്റെ ആറ്റോമിക സംഖ്യയാണ്.

നീൽസ് ബോർ

ഇക്കാലത്തിനിടയ്ക്ക് ആറ്റത്തിന്റെ ഘടന വ്യക്തമായി വരികയായിരുന്നു. ജെ ജെ തോംസൺ (J J Thomson). റൂഥർ ഫോർഡ് (Ruther Ford) നീൽസ് ബോർ (Neils Bohr) എന്നിവരുടെ നേതൃത്വത്തിൽ നടന്ന ഗവേഷണ പ്രവർത്തനങ്ങൾ ആറ്റത്തിനകത്തെ ഘടകകണികകളെ കണ്ടെത്തി. പ്രധാനമായും ഇലക്ട്രോൺ, ന്യൂട്രോൺ, പ്രോട്ടോൺ എന്നീ കണികകളാണ് ആറ്റത്തിലുള്ളത് (മറ്റ് നിരവധി ചെറുകണികകളും പല ആറ്റങ്ങളിലുമുണ്ട്)

ഭാരമില്ലാത്ത (നിസ്സാര ഭാരമുള്ള)തും ഋണചാർജ്ജുള്ളതുമാണ് ഇലക്ട്രോൺ. പ്രോട്ടോണിന് ഒരു മാത്ര ഭാരവും (അറ്റോമിക ഭാരമാത്ര) ധനചാർജ്ജുമാണുള്ളത്. ന്യൂട്രോണിനാണെങ്കിൽ ഒരു മാത്ര ഭാരമുണ്ട്, എന്നാൽ ചാർജ്ജില്ല. പ്രോട്ടോണുകളുടെ എണ്ണത്തിനു തുല്യം എണ്ണം ഇലക്ട്രോണുകളുണ്ടാവും. അതു കൊണ്ട് ആറ്റത്തിന് ചാർജ്ജില്ല. പ്രോട്ടോണിന്റെ ചാർജ്ജിനെ ഇലക്ട്രോണിന്റെ ചാർജ്ജ് ഉദാസീനീകരിക്കുന്നതുകൊണ്ടാണിത്. ആറ്റത്തിന്റെ ഭാരം മുഴുവൻ ന്യൂക്ലിയസിൽ കേന്ദ്രീകരിച്ചിരിക്കുന്നുവെന്ന് റൂഥർഫോർഡ് വിഖ്യാതമായ സ്വർണ്ണ തകിട് പരീക്ഷണം (gold lead experiment) വഴിതെളിയിച്ചു (1913). ഭാരം മുഴുവനും ന്യൂക്ലിയസിലെങ്കിൽ പ്രോട്ടോണുകളും ന്യൂട്രോണുകളും ന്യൂക്ലിയസ്സിലാകണം. അപ്പോൾ ഇലക്ട്രോണുകളോ? അവ ന്യൂക്ലിയസിനു ചുറ്റും വ്യത്യസ്തപഥങ്ങളിൽ (ദീർഘ വൃത്തീയ) ചുറ്റിക്കൊണ്ടിരിക്കുന്നു. അറ്റോമിക സ്പെക്ട്രത്തിന് വ്യാഖ്യാനം നല്കിക്കൊണ്ട് ആറ്റത്തിലെ ഇലക്ട്രോൺ വിന്യാസം സംബന്ധിച്ച ചിത്രം നല്കിയത് നീൽസ് ബോർ (Neils Bohr) ആണ്. റൂഥർ ഫോർഡിന്റെ ന്യൂക്ലിയസ് മാതൃകയെയും മാക്സ് പ്ലാങ്കിന്റെ (Max Plank) ക്വാണ്ടം സിദ്ധാന്തത്തെയും സംയോജിപ്പിച്ച് 1913 ൽ അദ്ദേഹം ആറ്റത്തിന്റെ ഇലക്ട്രോണിക ഘടന സംബന്ധിച്ച ആശയം അവതരിപ്പിച്ചു. ഇതനുസരിച്ച് ഇലക്ട്രോണുകൾ ന്യൂക്ലിയസിനു ചുറ്റും വ്യത്യസ്ത ഷെല്ലുകളിൽ കറങ്ങിക്കൊണ്ടിരിക്കുന്നു. ഷെല്ലുകൾക്കകത്തു തന്നെ ഉപഷെല്ലുകളുണ്ടെന്ന് പില്ക്കാലത്ത് കണ്ടെത്തി. ന്യൂക്ലിയസ്സിനു പുറത്തുള്ള ഇലക്ട്രോണിന്റെ സ്ഥാനം (ഷെല്ലും ഉപഷെല്ലും) ആണ് ഇലക്ട്രോണിന്റെ ഊർജ്ജം നിർണ്ണയിക്കുന്നത്. ന്യൂക്ലിയസ്സിൽനിന്ന് അകന്നുപോകുംതോറും ഊർജ്ജം വർദ്ധിക്കുന്നു.

അണുസംഖ്യ കൂടിയ ആറ്റങ്ങളുടെ ഇലക്ട്രോണിക ഘടന മനസ്സിലാക്കിക്കഴിഞ്ഞപ്പോഴാണ് ഇലക്ട്രോണിക ഘടനയും ആവർത്തനപ്പട്ടികയും തമ്മിലുള്ള യോജിപ്പ് വ്യക്തമായത്. ആവർത്തനപ്പട്ടികയിലെ രാസമൂലകത്തിന്റെ സ്ഥാനം അതിന്റെ ഇലക്ട്രോണിക ഘടനയ്ക്കനുസൃതമാണ്. മറ്റൊരു തരത്തിൽ പറഞ്ഞാൽ ആവർത്തനപ്പട്ടികയിലെ മൂലകത്തിന്റെ

മാക്സ് പ്ലാങ്ക്

സ്ഥാനത്തിൽനിന്ന് അതിന്റെ ഇലക്ട്രോണിക ഘടന മനസ്സിലാക്കാൻ കഴിയും.അഥവാ ഒരു മൂലകത്തിന്റെ ഇലക്ട്രോണിക ഘടന അറിയാമെങ്കിൽ അത് ആവർത്തനപ്പട്ടികയിലെ ഏതു പിരീയഡിൽ ഏതു ഗ്രൂപ്പിലാണ് എന്ന് അറിയാൻ കഴിയും. ഏതായാലും അറ്റോമിക സംഖ്യയുടെ പ്രാമാണ്യവും ന്യൂക്ലിയസിലെ പ്രോട്ടോണുകളുടെ എണ്ണമാണ് (ചാർജ്ജും) അറ്റോമിക സംഖ്യയെ നിർണ്ണയിക്കുന്നതെന്ന വസ്തുതയും വ്യക്തമായതോടെ രാസമൂലകം സംബന്ധിച്ച് കൂടുതൽ വ്യക്തത കൈവരികയുണ്ടായി. “ഒരു നിശ്ചിത എണ്ണം പ്രോട്ടോണുകളുള്ള ആറ്റങ്ങൾ മാത്രം ഉൾക്കൊള്ളുന്ന ശുദ്ധ പദാർത്ഥമാണ് രാസമൂലകം.” ഒരു രാസ മൂലകത്തിന്റെ എല്ലാ ആറ്റങ്ങളിലുമുള്ള പ്രോട്ടോണുകളുടെ എണ്ണം ഒന്നുതന്നെയായിരിക്കും. എന്നാൽ ന്യൂട്രോണുകളുടെ എണ്ണം അങ്ങനെയാകണമെന്നില്ല. പ്രോട്ടോണുകളുടെയും ന്യൂട്രോണുകളുടെയും ആകെ എണ്ണമാണ് മൂലകത്തിന്റെ ഭാര സംഖ്യ (Mass Number). അതായത് അറ്റോമിക സംഖ്യ ഒന്നുതന്നെയെങ്കിലും ഭാരസംഖ്യ വ്യത്യസ്തമായ ആറ്റങ്ങൾ ഒരു മൂലകത്തിന് സാദ്ധ്യമാണെന്നർത്ഥം. ഇവയാണ് ഐസോടോപ്പുകൾ. ന്യൂട്രോണുകളുടെ എണ്ണത്തിൽ വ്യത്യാസം വരുന്നതുകൊണ്ടാണ് ഇങ്ങനെ സംഭവിക്കുന്നത്.

ആറ്റത്തിന്റെ ഭാരം ന്യൂക്ലിയസിനെ ആശ്രയിച്ചാണെന്നു നാം കണ്ടു. എന്നാൽ രാസസംയോജനങ്ങൾ ആറ്റത്തിലെ ഇലക്ട്രോൺ സംവിധാനവുമായാണ് ബന്ധപ്പെട്ടിരിക്കുന്നത്.

3

ആറ്റങ്ങൾ സംയോജിക്കുന്നതെന്തിന്- രാസ സംയോജകത

മൂലകങ്ങളുടെ ആറ്റങ്ങൾ എന്തുകൊണ്ടാണ് പരസ്പരം സംയോജിക്കുന്നത്? ചിലപ്പോഴൊക്കെ ഒരു മൂലകത്തെ വിട്ട് മറ്റൊരു മൂലകവുമായി ചേരുന്നുമുണ്ട്. ചില അവസരങ്ങളിൽ നിരവധി മൂലകങ്ങളുടെ ഒന്നിച്ചു ചേർന്ന സംയുക്തങ്ങളുമുണ്ടാകുന്നു. എന്തിനാണ് മൂലകങ്ങൾ തമ്മിൽ രാസസംയോജനം നടക്കുന്നത്? എന്തെല്ലാം രീതികളിലാണ് രാസസംയോജനങ്ങൾ നടക്കുന്നത്? രാസപ്രവർത്തനത്തിന്റെ ഭാഗമായി ഊർജ്ജമാറ്റമുണ്ടാകുന്നതെങ്ങനെയാണ്? തുടങ്ങിയ ചോദ്യങ്ങൾ രസതന്ത്രം വ്യക്തമായ ഒരു ശാസ്ത്ര ശാഖയായി രൂപമെടുത്ത കാലം മുതൽ ചോദിച്ചു വന്നിരുന്നതാണ്. ഇത്തരം ചോദ്യങ്ങൾക്കുത്തരം നല്കാൻ നിരവധി ശ്രമങ്ങൾ നടന്നുവന്നു. അതിന്റെ ഭാഗമായാണ് രസതന്ത്രപഠനം രാസസംയോജനങ്ങളുടെ പഠനമാണെന്ന് റോബർട്ട് ബോയിൽ പറഞ്ഞത്. മൂലകങ്ങളുടെ ആറ്റങ്ങൾ സരള അനുപാതത്തിലാണ് കൂടിച്ചേരുക എന്ന് ജോൺ ഡാൽട്ടൺ തന്റെ അറ്റോമിക സിദ്ധാന്തത്തിൽ പ്രസ്താവിച്ചിരുന്നു. മൂലകങ്ങളുടെ സംയോജനവും സംയുക്തങ്ങളുടെ വിഘടനവും മാത്രമല്ല രാസപ്രക്രിയകൾ. ഒരു മൂലകം മറ്റൊന്നിനെ പുറത്താക്കി സ്ഥാനം കൈയടക്കുന്ന രാസപ്രവർത്തനങ്ങളുമുണ്ട്. ഇവയെല്ലാം വിശദീകരിക്കാൻ കഴിയുന്ന

സിദ്ധാന്തങ്ങൾ വേണം രാസസംയോജനം സംബന്ധിച്ചുണ്ടാകേണ്ടത്.

രാസസംയോജനം സംബന്ധിച്ച അടിസ്ഥാന നിയമങ്ങൾ ശക്തമായ ഒരു സൈദ്ധാന്തിക അടിത്തറ നല്കിയിരുന്നു.

1. ദ്രവ്യസംരക്ഷണ നിയമം (Law of Conservation of mass):

ഒരു രാസപ്രവർത്തനത്തിൽ ദ്രവ്യം നിർമ്മിക്കപ്പെടുകയോ നശിപ്പിക്കപ്പെടുകയോ ചെയ്യുന്നില്ല.

അതായത് അഭികാരങ്ങളുടെ മൊത്തം ഭാരവും ഉല്പന്നങ്ങളുടെ മൊത്തം ഭാരവും തുല്യമായിരിക്കും. പ്രതിപ്രവർത്തനത്തിൽ പങ്കെടുക്കുന്ന ഓരോ മൂലകത്തിന്റെയും രാസപ്രവർത്തനത്തിനു മുൻപും പിൻപുമുള്ള ഭാരങ്ങളും വ്യത്യാസപ്പെടുകയില്ല.

$C + O_2 \rightarrow CO_2$

എന്ന സമീകരണം പ്രതിനിധാനം ചെയ്യുന്ന രാസപ്രവർത്തനം പരിഗണിക്കാം. 12 ഗ്രാം കാർബണും 32 ഗ്രാം ഓക്സിജനും സംയോജിച്ച് 44 ഗ്രാം കാർബൺ ഡൈ ഓക്സൈഡ് ഉണ്ടാക്കുന്നു.

അഭികാരകങ്ങളുടെ മൊത്തം ഭാരം = 12+32= 44 ഗ്രാം

ഉല്പന്നത്തിന്റെ ഭാരം = 44 ഗ്രാം

അതേപോലെ പ്രതിപ്രവർത്തനത്തിനു മുൻപുള്ള കാർബണിന്റെ ഭാരം = 12 ഗ്രാം. പ്രതിപ്രവർത്തനത്തിനുശേഷമുള്ള കാർബൺ 12 ഗ്രാം (കാർബൺ ഡൈ ഓക്സൈഡിൽ)

2. സ്ഥിര അനുപാത നിയമം (Law of definite proportions):

ഒരു സംയുക്തത്തിൽ അത് ഏത് രീതിയിൽ ഉണ്ടായതാണെങ്കിലും അതിൽ ഒരേ രാസമൂലകങ്ങൾ ഒരു സ്ഥിരമായ ഭാര അനുപാതത്തിൽ ഉണ്ടായിരിക്കും.

കാർബൺ ഡൈ ഓക്സൈഡു തന്നെ നമുക്ക് ഉദാഹരണമായെടുക്കാം.

എ) കരി കത്തുമ്പോൾ കാർബൺ ഡൈ ഓക്സൈഡ് കിട്ടുന്നു (ബി) ഇന്ധനങ്ങൾ കത്തുമ്പോൾ കാർബൺ ഡൈ ഓക്സൈഡ് കിട്ടുന്നു (സി) കക്ക (കാൽസിയം കാർബണേറ്റ്) ചൂടാക്കുമ്പോൾ കാർബൺ ഡൈ ഓക്സൈഡ് കിട്ടുന്നു (ഡി) മനുഷ്യനടക്കമുള്ള ജീവജാലങ്ങളുടെ ഉച്ഛ്വാസ വായുവിൽ കാർബൺ ഡൈ ഓക്സൈഡ് ഉണ്ട്. ഇനിയും മറ്റു നിരവധി രീതികളിൽ കാർബൺ ഡൈ ഓക്സൈഡ് കിട്ടും. എന്നാൽ ഏതു രീതിയിൽ കിട്ടുന്ന കാർബൺ ഡൈ ഓക്സൈഡിലും കാർബണും ഓക്സിജനും മാത്രമാണുള്ളത്. എല്ലാ സാമ്പിളുകളിലും കാർബണും ഓക്സിജനും 3:8 എന്ന ഭാര അനുപാതത്തിലാണുള്ളത്.

3. ഭിന്ന അനുപാത നിയമം (Law of multiple proportions):

രണ്ടു മൂലകങ്ങൾ പരസ്പരം കൂടിച്ചേർന്ന് ഒന്നിലേറെ സംയുക്തങ്ങളുണ്ടാക്കുന്നുവെങ്കിൽ അവയിൽ ഒരു മൂലകത്തിന്റെ നിശ്ചിത ഭാരവുമായി ചേരുന്ന മറ്റു മൂലകത്തിന്റെ വ്യത്യസ്ത ഭാരങ്ങൾ തമ്മിൽ ഒരു സരള അനുപാതമുണ്ടായിരിക്കും.

കാർബണും ഓക്സിജനും തമ്മിൽ ചേർന്നുണ്ടാകുന്ന രണ്ടു സംയുക്തങ്ങൾ നമുക്ക് ഉദാഹരണമായെടുക്കാം. കാർബൺ മോണോക്സൈഡും (CO) കാർബൺ ഡൈ ഓക്സൈഡും (CO_2)- കാർബൺ മോണോക്സൈഡിൽ 12 ഗ്രാം കാർബൺ 16 ഗ്രാം ഓക്സിജനുമായി സംയോജിക്കുന്നു. കാർബൺ ഡൈ ഓക്സൈഡിൽ 12 ഗ്രാം കാർബൺ 32 ഗ്രാം ഓക്സിജനുമായാണ് സംയോജിക്കുന്നത്. അതായത് കാർബണിന്റെ നിശ്ചിത ഭാര (12 ഗ്രാം)വുമായി സംയോജിക്കുന്ന ഓക്സിജന്റെ വ്യത്യസ്ത ഭാരങ്ങൾ 16 ഉം 32 ഉം ആണ്. ഇവ തമ്മിൽ 16:32 = 1:2 എന്ന സരള അനുപാതമാണുള്ളത്.

മുകളിൽ പ്രതിപാദിച്ച രാസസംയോജന നിയമങ്ങളാണ് സംയുക്തങ്ങളുടെ രാസസൂത്രത്തിനും രാസപ്രവർത്തനത്തെ പ്രതിനിധാനം ചെയ്യുന്ന രാസസമീകരണത്തിനും അടിസ്ഥാനമായത്. (രസതന്ത്രപഠനത്തെ മുന്നോട്ടു നയിക്കാൻ സഹാ

യിച്ച മറ്റു രാസസംയോജന നിയമങ്ങളുമുണ്ട്.) മൂലകങ്ങളുടെ ആറ്റങ്ങൾ സരള പൂർണ്ണസംഖ്യാ അനുപാതത്തിൽ സംയോജിച്ചാണ് സംയുക്തങ്ങളുണ്ടാക്കുന്നതെന്നു നാം കണ്ടു. എന്നാൽ എന്തുകൊണ്ടാണ് മൂലകങ്ങൾ സംയോജിക്കുന്നത്? എങ്ങനെയാണ് ഈ സംയോജനങ്ങൾ നടക്കുന്നത്? സംയുക്തങ്ങൾ വിഘടിക്കുന്നതെന്തുകൊണ്ടാണ്? തുടങ്ങിയ ചോദ്യങ്ങൾക്ക് ഉത്തരം കിട്ടേണ്ടതുണ്ട്. ഇത്തരം കാര്യങ്ങൾ വിശദീകരിക്കുന്നതിനാണ് സംയോജകത എന്ന സങ്കല്പം രൂപമെടുത്തത്.

സംയോജകത

രാസമൂലകങ്ങൾ തമ്മിലുള്ള രാസ ആകർഷണം മൂലമാണ് രാസസംയോജനം നടക്കുന്നതെന്നായിരുന്നു ആദ്യകാല വിശദീകരണം (Chemical affinity theory). മൂലകങ്ങൾക്ക് വൈദ്യുത സ്വഭാവമുണ്ടെന്നും അതിന്റെ അടിസ്ഥാനത്തിലാണ് രാസസംയോജനം നടക്കുന്നതെന്നുമാണ് ബെർസീലിയസ അഭിപ്രായപ്പെട്ടത് (1819). ചില മൂലകങ്ങൾ വിദ്യുത്ധനവും (electro positive) മറ്റു ചിലവ വിദ്യുത് ഋണവും (electro negative) ആണെന്നും ഇതാണ് രാസസംയോജനത്തിന് അടിസ്ഥാനമെന്നുമായിരുന്നു അദ്ദേഹത്തിന്റെ അഭിപ്രായം. മൂലകങ്ങളുടെ സംയോജനശേഷി (Combining capacity) എന്ന ആശയം ആവിഷ്കരിച്ചത് ഫ്രാങ്ക് ലാന്റ് (Frank land) ആണ് (1852). ഇതിന്റെ തുടർച്ചയായാണ് സംയോജകത (Valency) എന്ന സങ്കല്പനം രൂപപ്പെട്ടത്. ഒരു മൂലകത്തിന്റെ സംയോജന ശേഷിയുടെ അളവാണ് സംയോജകത. ഹൈഡ്രജൻ മൂലകത്തിന്റെ സംയോജകത ഒന്ന് എന്ന് നിശ്ചയിക്കുകയും അതിനെ അടിസ്ഥാനമാക്കി മറ്റു മൂലകങ്ങളുടെ സംയോജകത നിർണ്ണയിക്കുകയുമാണ് ചെയ്തത്.

ഒരു മൂലക ആറ്റവുമായി എത്ര ഹൈഡ്രജൻ ആറ്റങ്ങൾ സംയോജിക്കുന്നുവോ (അഥവാ എത്ര ഹൈഡ്രജൻ ആറ്റങ്ങളെ സ്ഥാപിക്കുന്നുവോ) അതാണ് മൂലകത്തിന്റെ സംയോജകത. ഇത്തരത്തിൽ ഹൈഡ്രജന്റെ സംയോജകത ഒന്ന്, ക്ലോറിന്റെ സംയോജകത ഒന്ന്, ഓക്സിജന്റെ സംയോജകത രണ്ട്, നൈട്ര

കെക്കുലെ

ജന്റെ സംയോജകത മൂന്ന് എന്നിങ്ങനെ വിവിധ മൂലകങ്ങളുടെ സംയോജകതകൾ ചിട്ടപ്പെടുത്തുകയുണ്ടായി.

മൂലകങ്ങൾക്ക് നിശ്ചിതമായ സംയോജകതയാണുള്ളതെന്ന് നിർദ്ദേശിച്ചത് കെക്കുലെ (Kekule) ആണ് (1857). ഇതിനിടെ സംയുക്തങ്ങളെ ഇലക്ട്രോലൈറ്റുകളെന്നും ഇലക്ട്രോലൈറ്റുകളല്ലാത്തവയെന്നും വേർതിരിച്ചിരിക്കുന്നു. ജലത്തിൽ ലയിക്കുകയും ലായനിയിലൂടെ വൈദ്യുതി കടത്തിവിടുകയും ചെയ്യുന്ന സംയുക്തങ്ങൾ അയോണിക സംയുക്തങ്ങൾ (ionic compounds) എന്നും അറിയപ്പെട്ടിരുന്നു. ഇലക്ട്രോലൈറ്റുകളുടെ (അയോണിക സംയുക്തങ്ങളുടെ) സ്വഭാവ സവിശേഷതകൾ വിശദീകരിക്കാൻ കഴിഞ്ഞത് ഫാരഡെ (Faraday)യുടെ വൈദ്യുതവിശ്ലേഷണ നിയമങ്ങളു (Laws of electrolysis)ടെ സഹായത്തോടെയാണ്. സംയോജകതയുടെ പ്രാധാന്യം വർദ്ധിപ്പിക്കാൻ മെൻഡെലീവിന്റെ ആവർത്തനപട്ടികയും കാരണമായിട്ടുണ്ട്. ഒരേ സംയോജകതയുള്ള മൂലകങ്ങൾ ഒരേ ഗ്രൂപ്പിൽ വരുന്നതും സംയോജകതയും ഗ്രൂപ്പു സംഖ്യയും തമ്മിലുള്ള ബന്ധവും പ്രത്യേക പരിഗണന അർഹിക്കുന്ന

ഫാരഡെ

ഘടകങ്ങളാണ്.

രാസസംയോജകതയെയും രാസമൂലകങ്ങളുടെ സംയോജന രീതികളെയുംകുറിച്ച് മനസ്സിലാക്കാൻ ഏറെ സഹായകമായത് ആറ്റത്തിന്റെ ഇലക്ട്രോണിക ഘടനയാണ്. ന്യൂക്ലിയസിനുചുറ്റുമുള്ള നിശ്ചിത ഷെല്ലുകളിൽ സഞ്ചരിച്ചുകൊണ്ടിരിക്കുകയാണ് ഇലക്ട്രോണുകളെന്ന് റുഥർഫോർഡ് നിരീക്ഷിച്ചു. കൂടുതൽ കൃത്യമായ ഇലക്ട്രോൺ ഘടന നല്കിയത് നീൽസ് ബോർ ആണ്. ഇതനുസരിച്ച് ആറ്റത്തിന്റെ ഏറ്റവും പുറത്തുള്ള (ബാഹ്യതമം) ഷെല്ലിൽ എട്ട് ഇലക്ട്രോണിൽ കൂടുതൽ ഉണ്ടാകുന്നതല്ല. ബാഹ്യതമഷെല്ലിലെ ഇലക്ട്രോൺ വിന്യാസവും സംയോജനകതയും തമ്മിൽ എന്തോ ബന്ധമുണ്ടെന്നുള്ള സൂചന ഇതിൽനിന്നു തന്നെ ലഭ്യമായി. അതുപോലെ തന്നെ ബാഹ്യതമഷെല്ലിൽ എട്ടിൽ കൂടുതൽ ഇലക്ട്രോണുകൾ ഉണ്ടാകുന്നില്ല എന്നതും സവിശേഷമാണ്. ബാഹ്യതമഷെല്ലിലെ എട്ട് ഇലക്ട്രോൺ ഘടനയ്ക്ക് എന്തോ സവിശേഷതയുണ്ടെന്ന ധാരണയ്ക്ക് ഇത് കാരണമായി. നിഷ്ക്രിയവാതകങ്ങൾ (inert gases) ആ പേര് സൂചിപ്പിക്കുന്നതുപോലെ രാസപരമായി നിഷ്ക്രിയമാണെന്ന്, രാസസംയോജനങ്ങളിൽ ഏർപ്പെടുന്നില്ലെന്നാണ് കണ്ടെത്തിയത്. ഇക്കാരണത്താൽത്തന്നെ നിഷ്ക്രിയവാതകങ്ങളുടെ ഇലക്ട്രോണിക ഘടനയ്ക്ക് സവിശേഷതയുണ്ടായിരിക്കണമെന്നും പൊതുധാരണയുണ്ടായി. നിഷ്ക്രിയവാതകങ്ങളുടെ ബാഹ്യതമ ഷെല്ലിലെ ഇലക്ട്രോണുകളുടെ എണ്ണം എട്ടാണ് (ഹീലിയത്തിന് രണ്ടാണ്) എന്നത് ഈ ധാരണയെ ബലപ്പെടുത്തി. അതായത് ബാഹ്യതമ ഷെല്ലിൽ എട്ട് ഇലക്ട്രോൺ എന്നത് രാസപരമായ നിഷ്ക്രിയത്വത്തിന്റെ അഥവാ രാസപരമായ സ്ഥിരതയുടെ അടിസ്ഥാനമായി അംഗീകരിക്കപ്പെട്ടു.

മൂലക ആറ്റങ്ങൾ ബാഹ്യതമ ഷെല്ലിൽ എട്ട് ഇലക്ട്രോൺ എന്ന സ്ഥിര ഇലക്ട്രോണിക ഘടന നേടുന്നതിനുവേണ്ടിയാണ് സംയോജനത്തിൽ ഏർപ്പെടുന്നത് എന്ന സിദ്ധാന്തം ഇതിന്റെ അടിസ്ഥാനത്തിലാണ്. എട്ട് ഇലക്ട്രോൺ തത്ത്വം (Octetrule) ആണ് സംയോജകതയുടെ ഇലക്ട്രോണിക സിദ്ധാന്തത്തിന്റെ (electronic theory of valency) ആധാരമാ

യത് (ഒന്നാം ഷെല്ല് മാത്രമുള്ള മൂലകങ്ങൾക്ക് ഹീലിയം ഘടനയായ രണ്ട് ഇലക്ട്രോണുകൾ). ബാഹ്യതമഷെല്ലിലെ ഇലക്ട്രോൺ ഘടന അഷ്ടകം (octet) ആകുന്നതെങ്ങനെയെന്നാണ് സംയോജകതയും ഇലക്ട്രോണിക സിദ്ധാന്തങ്ങളും വിശദമാക്കാൻ ശ്രമിക്കുന്നത്, ഇലക്ട്രോൺ കൈമാറ്റം വഴിയാണ്. അഷ്ടക ഘടന ലഭ്യമാക്കുന്നതെന്നായിരുന്നു ഡബ്ലിയു കോസൽ (W. Kossel) നിർദ്ദേശിച്ചത് (1916). ഇത്തരത്തിലുണ്ടാകുന്നവ അയോണിക ബന്ധങ്ങളായതിനാൽ (ionic bond) കോസലിന്റെ സിദ്ധാന്തം അയോണിക സിദ്ധാന്തം (ionic theory) എന്നാണറിയപ്പെട്ടത്. ഇലക്ട്രോൺ കൈമാറ്റം കൊടുത്തുംവാങ്ങിയും ആകാം. അതായത് ഇലക്ട്രോൺ നഷ്ടപ്പെടുത്തിയും ഇലക്ട്രോൺ നേടിയെടുത്തും അഷ്ടക ഘടന സാദ്ധ്യമാക്കാവുന്നതാണ്. ഇലക്ട്രോൺ നഷ്ടപ്പെടുന്ന ആറ്റം ധന അയോണാവുന്നു. അതേസമയം ഇലക്ട്രോൺ നേടുന്ന ആറ്റം ഋണ അയോണുമാകുന്നു. ധനഅയോണും ഋണഅയോണും തമ്മിൽ വൈദ്യുത ആകർഷണം വഴി യോജിച്ച് സംയുക്തത ഉണ്ടാകുന്നു. ചുരുക്കത്തിൽ ഇതാണ് സംയോജകതയുടെ അയോണിക സിദ്ധാന്തം.

ഏതാനും ഉദാഹരണങ്ങൾ ഇത് കൂടുതൽ വ്യക്തമാക്കും.

1. സോഡിയവും ക്ലോറിനും സംയോജിച്ച് സോഡിയം ക്ലോറൈഡുണ്ടാകുന്നതു പരിശോധിക്കാം.

സോഡിയത്തിന്റെ ഇലക്ട്രോണിക ഘടന Na (2, 8, 1) ആണ്. ബാഹ്യതമഷെല്ലിൽ എട്ട് ഇലക്ട്രോണുകൾ ആകുന്നതിന് ഏറ്റവും പുറത്തെ ഷെല്ലിലെ ഏക ഇലക്ട്രോണിനെ നഷ്ടപ്പെടുത്തുകയാണ് സോഡിയത്തിനു ചെയ്യാവുന്നത്.

$$Na\ (2, 8, 1) \rightarrow Na+\ (2,8)+e$$

ഇതിന്റെ ഫലമായി സോഡിയം ഒരു ധനചാർജ്ജുള്ള സോഡിയം അയോണായി മാറുന്നു.

ക്ലോറിന്റെ ഇലക്ട്രോണിക ഘടന Cl (2, 8, 7) എന്നതാണ്. എട്ട് ഇലക്ട്രോണുകളുള്ള ബാഹ്യതമഷെല്ല് നേടിയെടുക്കാൻ ഏഴ് ഇലക്ട്രോണുകളെ നഷ്ടപ്പെടുകയോ ഒരു ഇലക്ട്രോണിനെ നേടുകയോ ആകാം. ഇതിൽ എളുപ്പം ഒരു ഇലക്ട്രോൺ നേടിയെടുത്ത് ബാഹ്യതമഷെല്ലിൽ എട്ട് ഇല

ക്ട്രോൺ ആക്കുക എന്നതാണ്.

$Cl\ (2,8,7) + e \rightarrow Cl^{-}\ (2,8,8)$

ഇതിന്റെ ഫലമായി ക്ലോറിൻ ആറ്റം ഏക ഋണചാർജ്ജുള്ള ക്ലോറൈഡ് അയോണായി മാറും.

സോഡിയം അയോണും ക്ലോറൈഡ് അയോണും വൈദ്യുത ആകർഷണം വഴി അയോണിക സംയുക്തമാകുന്നു. ഇവ തമ്മിൽ രൂപപ്പെടുന്ന രാസ ബന്ധം അയോണിക ബന്ധം (ionic bond) എന്നാണറിയപ്പെടുന്നത്.

$Na^{+} + Cl^{-} \rightarrow Na^{+}Cl^{-} \rightarrow NaCl$

മറ്റൊരുദാഹരണം കൂടി പരിഗണിക്കാം. കാൽസിയവും ഓക്സിജനും ചേർന്ന് കാൽസിയം ഓക്സൈഡുണ്ടാകുന്ന ഉദാഹരണം.

കാൽസിയത്തിന്റെ ഇലക്ട്രോണിക ഘടന Ca (2, 8, 8, 2) എന്നതാണ്. ബാഹ്യതമ ഷെല്ലിലെ 2 ഇലക്ട്രോണുകളെ നഷ്ടപ്പെടുത്തിയാൽ സ്ഥിരതയുള്ള അഷ്ടകവിന്യാസം ലഭ്യമാകും.

$Ca\ (2, 8, 8, 2) \rightarrow Ca^{2+}\ (2, 8, 8) + 2e$

ഇതിന്റെ ഫലമായി കാൽസിയം രണ്ടു ധനചാർജ്ജുള്ള കാൽസിയം അയോണായി മാറുന്നു.

$Ca \rightarrow Ca^{2+} + 2e$

ഓക്സിജന്റെ ഇലക്ട്രോൺ ഘടന

O (2, 6) ആണ്. രണ്ടു ഇലക്ട്രോൺ കൂട്ടിച്ചേർത്താൽ അഷ്ടകം പൂർത്തിയാകും. അതുകൊണ്ട് ഓക്സിജൻ ആറ്റം രണ്ട് ഇലക്ട്രോൺ സ്വീകരിച്ച് ഓക്സൈഡ് അയോണാകുന്നു.

$O\ (2, 6) + 2e \rightarrow O^{2-}\ (2, 8)$

കാൽസിയം അയോണും ഓക്സൈഡ് അയോണും വൈദ്യുതാകർഷണം വഴി കൂടിച്ചേർന്ന് കാൽസിയം ഓക്സൈഡ് സംയുക്തമാകുന്നു

$Ca^{2+} + O^{2-} \rightarrow CaO$

ഇത്തരത്തിൽ നിരവധി രാസസംയോജനങ്ങൾ വിശദീകരിക്കാൻ കഴിയും. പക്ഷേ, അയോണികമല്ലാത്ത സംയുക്തങ്ങളുണ്ടല്ലോ. അവ ഉണ്ടാകുന്നതെങ്ങനെ? അയോണുകളുണ്ടാ

കുന്നതു പരിഗണിക്കുമ്പോഴാണ് പ്രശ്നം കൂടുതൽ സങ്കീർണ്ണമാകുന്നത്. ആറ്റത്തിന്റെ ധനചാർജ്ജുള്ള ന്യൂക്ലിയസ് ഇലക്ട്രോണുകളെ ആകർഷിക്കുന്നുണ്ടല്ലോ. ന്യൂക്ലിയസിൽ നിന്ന അകലം വർദ്ധിക്കുന്നതനുസരിച്ച് ആകർഷണബലം കുറയുന്നുണ്ടാകാം. എന്നാലും ആകർഷണമുണ്ട്. ഈ ആകർഷണത്തിനെതിരെ വേണം ഇലക്ട്രോണിനെ ആറ്റത്തിൽനിന്ന് പുറത്തുകളയാൻ ഇതിന് ഊർജ്ജം ചെലവാക്കേണ്ടതുണ്ട്. ഈ ഊർജ്ജത്തെ അയോണീകരണ ഊർജ്ജം (ionisation energy) എന്നു പറയുന്നു. ഒന്നാമത്തെ ഇലക്ട്രോൺ നീക്കുന്നതിന് ചെലവാക്കേണ്ട ഊർജ്ജം ഒന്നാം അയോണീകരണ ഊർജ്ജം എന്നു പറയുന്നു. രണ്ടാമത്തെ ഇലക്ട്രോൺ നീക്കം ചെയ്യുന്ന കാര്യം കൂടുതൽ ബുദ്ധിമുട്ടാണ്. ധനഅയോണിൽ ഇലക്ട്രോൺ കുറവാണ്. വീണ്ടും ഒരു ഇലക്ട്രോൺകൂടി പുറത്തുകളയുന്നതിന് വളരെ കൂടുതൽ ഊർജ്ജം ചെലവിടേണ്ടിവരും. അതായത് രണ്ടാം അയോണീകരണ ഊർജ്ജം ഒന്നാം അയോണീകരണ ഊർജ്ജത്തേക്കാൾ വളരെകൂടുതലാണ്. അപ്പോൾപ്പിന്നെ മൂന്നാമത്തെ ഇലക്ട്രോൺ നീക്കം ചെയ്യുന്നത് എത്ര ബുദ്ധിമുട്ടായിരിക്കുമെന്ന് ആലോചിച്ചുനോക്കൂ. തുടർന്ന് നാലും അഞ്ചും ഇലക്ട്രോണുകൾ നീക്കുന്നത് പ്രായേണ അസാദ്ധ്യമാണെന്ന് മനസ്സിലാക്കാൻ കഴിയും. ഏതാനും മൂലകങ്ങളുടെ അയോണീകരണ ഊർജ്ജങ്ങൾ പട്ടിക 1 ൽ നല്കിയിരിക്കുന്നതിൽനിന്ന് ഈ വസ്തുത വ്യക്തമാകും.

പട്ടിക 1

മൂലകങ്ങളുടെ അയോണീകരണ ഊർജ്ജങ്ങൾ

മൂലകം	അയോണീകരണ ഊർജ്ജം കിലോ ജൂൾ/മോൾ				
	ഒന്നാം	രണ്ടാം	മൂന്നാം	നാലാം	അഞ്ചാം
സോഡിയം	494	4560	6940	9540	13400
മഗ്നീഷ്യം	736	1450	7740	10500	13600
അലുമിനിയം	577	1820	2740	11600	14800
സിലിക്കൺ	786	1580	3230	4360	16000

ഫോസ്ഫറസ്	1060	1900	2920	4960	6280
സൾഫർ	1000	2260	3390	4540	6990
ക്ലോറിൻ	1260	2300	3850	5150	6540

ഇലക്ട്രോൺ കൂട്ടിച്ചേർത്ത് ഋണ അയോൺ ഉണ്ടാകുന്നതിലും ഊർജ്ജമാറ്റമുണ്ടാകുന്നുണ്ട്. ആറ്റത്തിലേക്ക് ഒരു ഇലക്ട്രോൺ കൂട്ടിച്ചേർത്ത് ഋണ അയോണുണ്ടാകുമ്പോൾ പുറത്തുവിടുന്ന ഊർജ്ജത്തിന്റെ അളവിനെ ഇലക്ട്രോൺ അഫിനിറ്റി എന്നുപറയുന്നു. ആദ്യത്തെ ഇലക്ട്രോൺ കൂട്ടിച്ചേർക്കുന്നത് ഊർജ്ജം പുറത്തുവിടുന്നതാണ് മിക്കമൂലകങ്ങളുടെ കാര്യത്തിലും. എന്നാൽ രണ്ടാമത്തെ ഇലക്ട്രോൺ കൂട്ടിച്ചേർക്കുന്നതിന് ഊർജ്ജം ആവശ്യമാണ്. പട്ടിക 2 ൽ നല്കിയിരിക്കുന്ന ഓക്സിജന്റെയും സൾഫറിന്റെയും ഇലക്ട്രോൺ അഫിനിറ്റി മൂല്യങ്ങളിൽനിന്ന് ഇത് വ്യക്തമാണ്.

പട്ടിക 2

ഇലക്ട്രോൺ അഫിനിറ്റി മൂല്യങ്ങൾ

മൂലകം	ഇലക്ട്രോൺ അഫിനിറ്റി കി ജൂൾ/മോൾ	
	ഒന്നാം	രണ്ടാം
ഓക്സിജൻ	−142	+844
സൾഫർ	−200	+532

മൂന്നും നാലും ഇലക്ട്രോണുകൾ കൂട്ടിച്ചേർത്ത് അഷ്ടകം പൂർത്തീകരിക്കുക എന്നത് പ്രായേണ അസാദ്ധ്യമെന്നു വരുന്നു. ഇതർത്ഥമാക്കുന്നത് എല്ലാ രാസസംയോജനങ്ങളെയും വിശദീകരിക്കാൻ അയോണിക ബന്ധ സിദ്ധാന്തത്തിന് കഴിയില്ല എന്നാണ്. എന്നാൽ അയോണിക സംയുക്തങ്ങൾ ഉണ്ടാകുന്നത് വിശദീകരിക്കാൻ ഈ സിദ്ധാന്തത്തിനു കഴിഞ്ഞിരുന്നു.

കോസലിന്റെ സിദ്ധാന്തം പുറത്തുവന്ന കാലത്തു തന്നെയാണ് (1916) ജി എൻ ലൂയിസ് അദ്ദേഹത്തിന്റെ സംയോജക സിദ്ധാന്തം പ്രസിദ്ധപ്പെടുത്തിയത്. ഇലക്ട്രോണുകളുടെ പങ്കുവെക്കൽ (Sharing) വഴിയാണ് ആറ്റങ്ങൾ സംയോജിക്കുന്നത്

എന്നായിരുന്നു ലൂയിസിന്റെ സിദ്ധാന്തം. ഇത്തരത്തിലുണ്ടാകുന്ന രാസബന്ധത്തെ അദ്ദേഹം സഹസംയോജക ബന്ധങ്ങൾ (Covalent bond) എന്നും സംയോജകതയെ സഹസംയോജകത (Covalency) എന്നുമാണ് വിളിച്ചത്. മൂലകങ്ങളുടെ ആറ്റങ്ങൾ ഇലക്ട്രോണുകൾ പരസ്പരം പങ്കുവെച്ച് അഷ്ടകം പൂർത്തിയാക്കുന്നു എന്നാണ് സഹസംയോജക ബന്ധത്തിൽ കണക്കാക്കുന്നത്. രാസസംയോജനത്തിൽ പങ്കെടുക്കുന്ന ആറ്റങ്ങൾ തുല്യ എണ്ണം ഇലക്ട്രോണുകൾ പങ്കുവെക്കുകയും പരസ്പരം ബന്ധിതമാവുകയും ചെയ്യുന്നു എന്നതാണ് ലൂയിസിന്റെ സിദ്ധാന്തത്തിന്റെ കാതൽ. ഇത്തരത്തിൽ പങ്കുവെക്കപ്പെടുന്നത് ഒരു ജോഡി (ഓരോന്നു വീതം) ഇലക്ട്രോണുകളാണെങ്കിൽ മൂലകങ്ങൾ തമ്മിൽ ഒരു സഹസംയോജക ബന്ധം (ഏകബന്ധം) ഉണ്ടായതായി കണക്കാക്കുന്നു. പങ്കുവെച്ചത് രണ്ട് ജോഡി ഇലക്ട്രോണുകളാണെങ്കിൽ മൂലകങ്ങൾ തമ്മിൽ ദ്വിബന്ധം (Double bond) ഉണ്ടാകുന്നു. ബാഹ്യതമഷെല്ലിൽ എട്ട് ഇലക്ട്രോൺ തികയ്ക്കുന്നതിന് എത്ര ഇലക്ട്രോണുകൾ പങ്കുവെക്കണമോ അത്രയും ഇലക്ട്രോണുകൾ പങ്കുവെച്ച് ഓരോ ഇലക്ട്രോൺ ജോഡിക്കും ഒരു ബന്ധം (bond) വീതം രാസബന്ധങ്ങളുണ്ടാകുന്നു. വ്യത്യസ്ത മൂലകങ്ങളുടെ ആറ്റങ്ങൾ തമ്മിൽ എന്നതുപോലെ ഒരേ മൂലകത്തിന്റെ ആറ്റങ്ങൾ തമ്മിലും ബന്ധിക്കപ്പെട്ട് തന്മാത്രകളുണ്ടാകുന്നുണ്ട് (തന്മാത്രകളെക്കുറിച്ച് അടുത്ത അദ്ധ്യായത്തിൽ കൂടുതൽ വിശദമായി പ്രതിപാദിക്കുന്നുണ്ട്). ഏതാനും ഉദാഹരണങ്ങൾ വഴി സഹസംയോജക ബന്ധത്തെ കൂടുതൽ വിശദമാക്കാൻ കഴിയും.

1. രണ്ട് ക്ലോറിൻ ആറ്റങ്ങൾ ചേർന്നുണ്ടാകുന്ന ക്ലോറിൻ

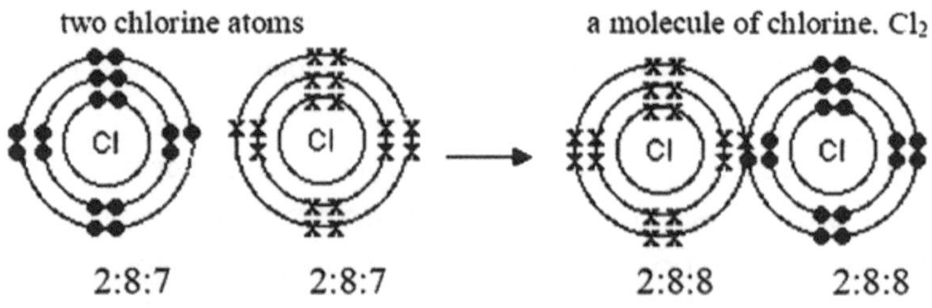

തന്മാത്ര പരിഗണിക്കാം. ക്ലോറിൻ ആറ്റത്തിന്റെ ഇലക്ട്രോണിക ഘടന Cl (2,8,7) ആണ്. ബാഹ്യതമഷെല്ലിൽ ഒരിലക്ട്രോൺ കൂടി ചേർന്നാൽ അഷ്ടകം പൂർണ്ണമാകും. ഇത്തരത്തിലുള്ള രണ്ടു ക്ലോറിൻ ആറ്റങ്ങൾ ഓരോ ഇലക്ട്രോൺ വീതം (ഒരു ജോഡി) തുല്യമായി പങ്കുവഹിക്കുന്ന അവസ്ഥ നോക്കൂ.

ഒരു ജോഡി ഇലക്ട്രോണുകൾ പങ്കുവെച്ചതിന്റെ ഫലമായി ആറ്റങ്ങൾ തമ്മിൽ ഒരു ഏകബന്ധം (Single bond) ഉണ്ടായിരിക്കുന്നു.

$Cl\text{-}Cl \rightarrow Cl_2$

2. രണ്ടു ഹൈഡ്രജൻ ആറ്റങ്ങളും ഒരു ഓക്സിജൻ ആറ്റവും ചേർന്നു കിട്ടുന്ന ജല തന്മാത്ര പരിശോധിക്കാം. ഓക്സിജന്റെ ഇലക്ട്രോണിക ഘടന O (2, 6) എന്നാണ്. അതായത് ബാഹ്യതമ ഷെല്ലിൽ അഷ്ടകത്തിന് രണ്ട് ഇലക്ട്രോൺ കുറവ്. ഹൈഡ്രജൻ ആറ്റത്തിന്റെ ഇലക്ട്രോണിക ഘടന H(1) എന്നതാണ്. ബാഹ്യതമ ഷെല്ലിൽ ആവശ്യമായ രണ്ട് ഇലക്ട്രോണുകൾക്കു പകരം (ഹീലിയം ഘടന) ഒന്നു മാത്രമേ ഉള്ളൂ. ഒരു ഇലക്ട്രോൺ കുറവ്. ഓക്സിജൻ ആറ്റം രണ്ടു ഹൈഡ്രജൻ ആറ്റങ്ങളുമായി ഓരോ ജോഡി ഇലക്ട്രോണുകൾ വീതം പങ്കുവെക്കുമ്പോൾ ഓക്സിജന് ബാഹ്യതഷെല്ലിൽ 8 ഇലക്ട്രോണുകൾ ലഭിക്കുന്നു; ഹൈഡ്രജൻ ആറ്റങ്ങൾക്ക് രണ്ട് ഇലക്ട്രോണുകൾ വീതവും. ഓക്സിജൻ ആറ്റം ഓരോ ഹൈഡ്രജൻ ആറ്റവുമായും ഏകബന്ധം ഉണ്ടാക്കുന്നു.

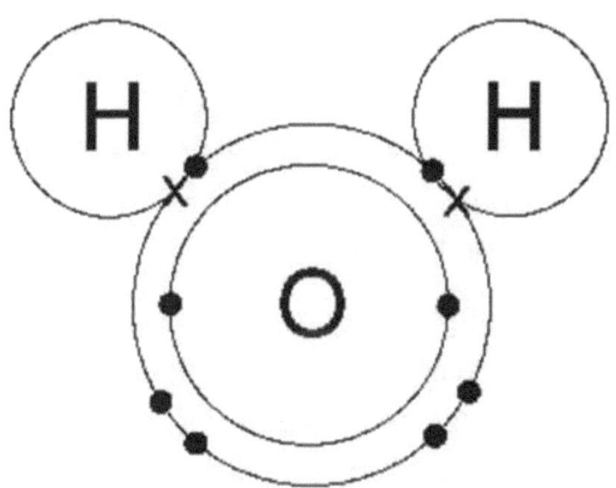

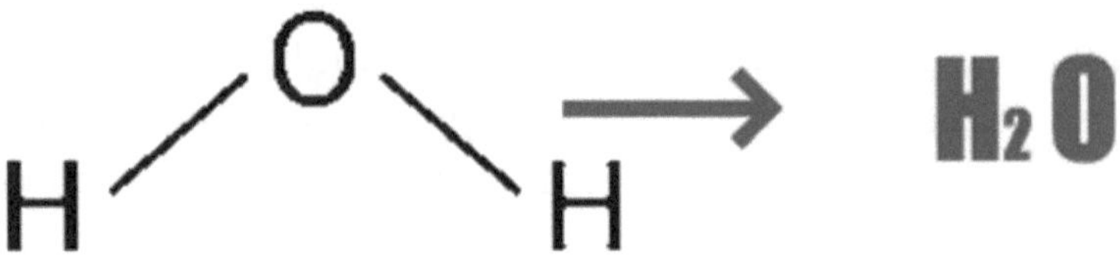

3. രണ്ട് ആറ്റങ്ങൾ തമ്മിൽ രണ്ടു ജോഡി ഇലക്ട്രോണുകൾ പങ്കുവെക്കുന്ന തന്മാത്രയാണ് ഓക്സിജൻ തന്മാത്ര. ഓക്സിജൻ ആറ്റത്തിന്റെ ഇലക്ട്രോണിക ഘടന O (2, 6) ആണ്

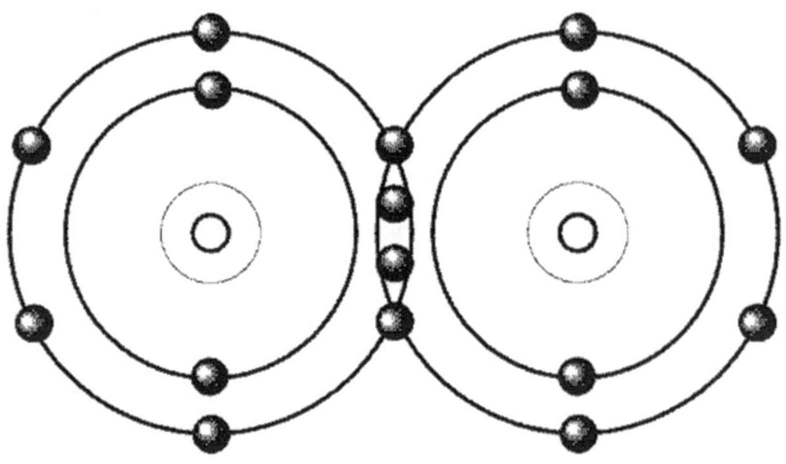

$$O = O \rightarrow O_2$$

രണ്ടു ജോഡി ഇലക്ട്രോണുകൾ പങ്കുവെക്കപ്പെട്ടതു കൊണ്ട് ഓക്സിജൻ ആറ്റങ്ങൾ തമ്മിൽ ഒരു ദ്വിബന്ധം (Double bond) ആണ് രൂപപ്പെട്ടിട്ടുള്ളത്.

4. മൂന്നു ജോഡി ഇലക്ട്രോണുകൾ രണ്ടാറ്റങ്ങൾ തമ്മിൽ പങ്കുവെക്കുന്ന തന്മാത്രയാണ് നൈട്രജൻ തന്മാത്ര. നൈട്രജൻ ആറ്റത്തിന്റെ ഇലക്ട്രോണിക ഘടന N(2, 5) ആണ്. ബാഹ്യതമഷെല്ലിൽ അഷ്ടകം പൂർത്തിയാകാൻ 3 ഇലക്ട്രോണുകളുടെ

കുറവുണ്ട്. മറ്റൊരു നൈട്രജൻ ആറ്റവുമായി മൂന്നു ജോഡി ഇലക്ട്രോണുകൾ പങ്കുവെച്ച് രണ്ട് ആറ്റങ്ങളും അഷ്ടകം പൂർണ്ണമാകുന്നു

$$N(2,5) + N(2,5) \rightarrow N\equiv N \rightarrow N_2$$

മൂന്നു ജോഡി ഇലക്ട്രോണുകൾ പങ്കുവെക്കുന്നതിനാൽ നൈട്രജൻ ആറ്റങ്ങൾ തമ്മിലുള്ളത് ത്രിബന്ധമാണ് (tripple bond) ഒരാറ്റത്തിനും നാലു ജോഡിയിൽ കൂടുതൽ ഇലക്ട്രോണുകളെ പങ്കുവെക്കാൻ കഴിയുകയില്ല എന്നും വ്യക്തമായി കാണുമല്ലോ. ഇത്തരത്തിലുള്ള ഇലക്ട്രോൺ പങ്കുവെക്കലിലൂടെ ഒട്ടുമിക്ക രാസസംയുക്തങ്ങളുടെ രൂപീകരണവും വ്യാഖ്യാനിക്കാൻ കഴിയുന്നു.

സഹസംയോജക ബന്ധത്തിൽ ഒരു പ്രത്യേകതരമാണ് കോ-ഓർഡിനേറ്റ് (Co-ordinate bond) ബന്ധം. ഇവിടെ ബന്ധിക്കപ്പെടുന്ന ആറ്റങ്ങളിൽ ഒന്നിന്റെ ഇലക്ട്രോൺ (ഒന്നോ ഒന്നിലേറെയോ ജോഡി ഇലക്ട്രോണുകൾ) രണ്ട് ആറ്റങ്ങളും ചേർന്ന് പങ്കുവെക്കുന്നു.

ഡബ്ലിയു കോസൽ

ഇലക്ട്രോണിന്റെ തരംഗ സ്വഭാവത്തിലേക്കു നയിക്കുന്ന കണ്ടുപിടുത്തങ്ങൾ നടത്തിയത് ലൂയിസ് ഡിബ്രോഗ്ലിയാണ് (Luis Debrogli). ഇലക്ട്രോൺ പോലുള്ള ചെറിയ കണങ്ങൾക്ക് തരംഗ സ്വഭാവമുണ്ടെന്നും അതുകൊണ്ട് അവയുടെ സ്ഥാനം കൃത്യമായി തിട്ടപ്പെടുത്താൻ സാദ്ധ്യമല്ലെന്നും ഡിബ്രോഗ്ലി സൈദ്ധാന്തികമായി

വെർണർ ഹൈസർബെർഗ്

കണ്ടെത്തി (1924). ഇതേ കാലത്തുതന്നെയാണ് വെർണർ ഹൈസർബെർഗ് (Werner Heisenberg) അനിശ്ചിതത്ത്വ സിദ്ധാന്തം അവതരിപ്പിച്ചത്. (Uncertanity Principle) (1927). ഇതനുസരിച്ചും ഇലക്ട്രോണുകളുടെ സ്ഥാനം കൃത്യമായി നിശ്ചയിക്കാൻ കഴിയില്ല. ഇലക്ട്രോണിന്റെ തരംഗ സ്വഭാവം വ്യക്തമായതോടെ രാസസംയോജനം സംബന്ധിച്ച് കൂടുതൽ കൃത്യമായ സിദ്ധാന്തങ്ങളുണ്ടായി. ഇലക്ട്രോണിന്റെ തരംഗ സ്വഭാവം കണക്കിലെടുത്ത് എർവിൻ ഷ് റോഡിങർ (Erwin Schrodinger) ആണ് തരംഗബലതന്ത്രം (Wave mechanics) വികസിപ്പിച്ചത് (1926). തരംഗബലതന്ത്രത്തിന്റെ അടിസ്ഥാനത്തിൽ അദ്ദേഹം ഹൈഡ്രജന്റെ ഇലക്ട്രോണിന്റെ തരംഗ ഫലനങ്ങൾ (Wave functions) കണക്കാക്കി. ഇതിന്റെ തുടർച്ചയായി ഹെയ്റ്റ്ലറും (Walter Heilter) ലണ്ടനും (Fritz London) വാലൻസ് ബോണ്ട് സിദ്ധാന്തം (Valence bond theory V. B Theory) ആവിഷ്കരിച്ചു (1927). ആറ്റോമിക ഓർബിറ്റലുകളുടെ അതിവ്യാപനം (Overlapping) വഴിയാണ് സഹസംയോജക ബന്ധങ്ങൾ ഉണ്ടാകുന്നതെന്നായിരുന്നു വാലൻസ് ബോണ്ട് സിദ്ധാന്തത്തിന്റെ അടിസ്ഥാനം. ആറ്റോമിക ഓർബിറ്റലുകളുടെ സങ്കരണം (hybridisation) വഴിയുണ്ടാകുന്ന സങ്കര ഓർബിറ്റുകളാണ് പലപ്പോഴും അതിവ്യാപനത്തിൽ ഏർപ്പെട്ട് സഹസംയോജക ബന്ധങ്ങളുണ്ടാകുന്നതെന്ന നിർദ്ദേശത്തോടെ ലിനസ് പോളിങ് (Linus pauling) വാലൻസ് ബോണ്ട് സിദ്ധാന്തത്തെ വിപുലപ്പെടുത്തുകയുണ്ടായി.

സഹസംയോജക ബന്ധങ്ങളെ വ്യാഖ്യാനിക്കുന്ന മറ്റൊരു സിദ്ധാന്തമാണ് തന്മാത്രാ ഓർബിറ്റൽ സിദ്ധാന്തം (Molecular orbital Theory - M O Theory). ആറ്റങ്ങൾ കൂടിച്ചേർന്ന് തന്മാത്രയുണ്ടാകുമ്പോൾ തന്മാത്രയിലാകെ വ്യാപിക്കുന്ന തന്മാത്രാ ഓർബിറ്റലുകൾ (Molecular Orbital) ആണ് ഉണ്ടാവുകയെന്നാണ് മുള്ളിക്കൻ (Mullikken), ഹണ്ട് (Hund) എന്നിവർ കണ്ടെത്തിയത്. അറ്റോമിക ഓർബിറ്റലുകൾ രേഖീയമായി സംയോജിച്ച് തന്മാത്ര ഓർബിറ്റലുകളുണ്ടാകുന്നു (Linear combination of Atomic Orbital L C A O) എന്നാണ് ചുരുക്കിപ്പറയാവുന്നത്.

രാസസംയോജനം സംബന്ധിച്ച ഇലക്ട്രോണിക സിദ്ധാന്തങ്ങൾ മുൻകാലധാരണകളിൽ പലതിനെയും പരിഷ്കരിക്കുന്നതിനു കാരണമായിട്ടുണ്ട്. സംയോജകത എന്ന വാക്കിനു തന്നെ കൃത്യത കുറവില്ലേ? ഒരേ മൂലകത്തിന് ഒന്നിലേറെ സംയോജകതകളുള്ളതായി കണ്ടെത്തിയ സാഹചര്യത്തിൽ ഈ ചോദ്യം പ്രസക്തമാകുന്നു. മറ്റൊരു ഗുരുതരമായ പരിമിതി അഷ്ടക നിയമം സംബന്ധിച്ചതാണ്. ബാഹ്യതമഷെല്ലിൽ എട്ടിൽ കുറവ് ഇലക്ട്രോൺ ഉള്ളതും എട്ടിൽ കൂടുതൽ ഉള്ളതും ആയ സംയുക്തങ്ങളുണ്ട്. നിഷ്ക്രിയ വാതകങ്ങൾ രാസസംയോജനങ്ങളിൽ ഏർപ്പെട്ട് സംയുക്തങ്ങളുണ്ടാകുന്നതായി കണ്ടെത്തിയിട്ടുണ്ട്. ഇത് എട്ട് ഇലക്ട്രോൺ സംവിധാനത്തിന്റെ സവിശേഷത സംബന്ധിച്ച്, സംശയങ്ങളുണ്ടാക്കുന്നു. ഇലക്ട്രോൺ കൈമാറ്റം വഴിയും പങ്കുവെക്കൽ വഴിയും നടക്കുന്ന രാസസംയോജനങ്ങളെ വ്യത്യസ്തരീതിയിലാണ് വ്യാഖ്യാനിച്ചത്. ഇത്തരം രാസസംയോജനങ്ങളെ കൃത്യമായി വേർതിരിക്കുന്ന അതിർ വരമ്പ് ഏതാണ്? ഒരേ മൂലകങ്ങൾ തമ്മിൽ വ്യത്യസ്ത സംയുക്തങ്ങളുണ്ടാകുന്നുണ്ട്. ഇവ തമ്മിൽ സ്ഥിരതയിൽ വ്യത്യാസമുണ്ട്. ചിലത് എളുപ്പം വിഘടിക്കുന്നു. എന്തുകൊണ്ടാണിത്? രാസപ്രക്രിയകൾ നടക്കുമ്പോഴുണ്ടാകുന്ന ഊർജ്ജമാറ്റങ്ങൾക്ക് എന്താണ് അടിസ്ഥാനം? രാസസം

യോജനത്തെ സ്വാധീനിക്കുന്ന മറ്റു ഘടകങ്ങളെന്തെല്ലാം? എന്താണ് രാസപരമായ സ്ഥിരത (Chemical stability)? ചില രാസപ്രവർത്തനങ്ങൾ വളരെ വേഗവും മറ്റു ചിലവ മന്ദഗതിയിലും ഇനിയും ചിലവ ഉഭയദിശീയമായും നടക്കുന്നു. ഇതെന്തുകൊണ്ട്? അങ്ങനെ നിരവധി ചോദ്യങ്ങൾക്ക് ഉത്തരം കണ്ടെത്താനുണ്ട്.

4

വിദ്യുത് ഋണതയും അയോണിക സ്വഭാവവും

ഇലക്ട്രോൺ പങ്കുവെക്കൽ വഴിയുണ്ടാകുന്ന സഹസംയോജക ബന്ധങ്ങൾ ഉള്ള സംയുക്തങ്ങൾക്ക് അയോണിക സ്വഭാവം ഉണ്ടാവുകയില്ല എന്നായിരുന്നു പൊതുവെ ധരിച്ചു വന്നത്. എന്നാൽ ഇത് ശരിയല്ല എന്നാണ് അനുഭവം തെളിയിച്ചത്. ഹൈഡ്രജനും ക്ലോറിനും ചേർന്ന് ഉണ്ടാകുന്ന സഹസംയോജക സംയുക്തമാണ് ഹൈഡ്രജൻ ക്ലോറൈഡ്. ഇതിന്റെ ജലലായനിയാണ് ഹൈഡ്രോക്ലോറിക് അമ്ലം. ഇത് വൈദ്യുതി കടത്തിവിടുന്നതും വൈദ്യുത വിഘടനത്തിന് വിധേയമാകുന്നതുമായ ഇലക്ട്രോലൈറ്റ് ആണ്. നിരവധി സഹസംയോജക സംയുക്തങ്ങൾക്ക് ധ്രുവീയത (Polarity) ഉള്ളതായി കണ്ടെത്തിയിട്ടുണ്ട്. എന്തുകൊണ്ടാണ് ഇങ്ങനെ സംഭവിക്കുന്നത്? ഇതിനു വിശദീകരണം നല്കിയത് ലിനസ് പോളിങ് ആണ്. ഇലക്ട്രോണുകളെ പങ്കുവെച്ച് സഹസംയോജക ബന്ധം വഴി സംയോജിതമാകുന്ന ആറ്റങ്ങൾക്ക് ബന്ധത്തിൽ പങ്കെടുത്ത ഇലക്ട്രോൺ ജോഡിയോട് (bonding pair) ഉള്ള ആകർഷണ ശക്തിയിൽ വ്യത്യാസമുണ്ടോ? സഹസംയോജക ബന്ധത്തിൽ ഏർപ്പെടുന്ന ആറ്റങ്ങളുടെ സ്വഭാവമനുസരിച്ചായിരിക്കും ബന്ധ ഇലക്ട്രോണുകളോടുള്ള ആകർഷണം. ബന്ധിതമാകുന്ന ആറ്റങ്ങൾ രണ്ടും ഒരേ മൂലകത്തിന്റേതാണെ

ങ്കിൽ ആകർഷണത്തിൽ വ്യത്യാസമുണ്ടാകില്ല. എന്നാൽ ആറ്റങ്ങൾ വ്യത്യസ്തമെങ്കിൽ ആകർഷണ ശക്തിയിൽ വ്യത്യാസമുണ്ടാകും എന്നതാണ് വസ്തുത. ബന്ധിതമാകുന്ന ആറ്റങ്ങൾ തമ്മിൽ ബന്ധ ഇലക്ട്രോണുകളുമായുള്ള ആകർഷണവുമായി ബന്ധപ്പെട്ട് മൂന്നു സാദ്ധ്യതകളുണ്ട്.

1. ഒരേ മൂലക ആറ്റങ്ങൾ തമ്മിലുള്ള ബന്ധം

$A_2 = A - A$

ഇവിടെ ബന്ധ ഇലക്ട്രോൺ ജോഡി രണ്ട് ആറ്റങ്ങളുടെയും ഇടയിൽ തുല്യ അകലത്തിൽ തന്നെ നില്ക്കും.

$A{:}A \rightarrow A - A$

2. വ്യത്യസ്ത മൂലകങ്ങൾ A യ്ക്ക് B യെക്കാൾ കൂടുതൽ ആകർഷണം

$AB = A - B$

A യ്ക്ക് Bയെക്കാൾ കൂടുതൽ ആകർഷണം ഉള്ളതുകൊണ്ട് ബന്ധ ഇലക്ട്രോൺ ജോഡി Aയോട് കൂടുതൽ അടുത്തു നില്ക്കും.

$A : B \rightarrow A\ :\ B \rightarrow A^{\delta-} - B^{\delta+}$

ബന്ധ ഇലക്ട്രോൺ ജോഡി Aയോട് കൂടുതൽ അടുത്തു നില്ക്കുന്നതിനാൽ A യ്ക്ക് ഭാഗികമായ ഋണചാർജ്ജുണ്ടാകും. B യ്ക്ക് തുല്യമായ ഭാഗിക ധനചാർജ്ജുണ്ടാകും. അതായത് A B തന്മാത്രയ്ക്ക് ഭാഗികമായ അയോണിക സ്വഭാവമുണ്ട്.

3. വ്യത്യസ്ത മൂലകങ്ങൾ: A യ്ക്ക് ഉള്ളതിനേക്കാൾ C യ്ക്ക് ആകർഷണം ഉള്ള സാഹചര്യം

$A : C \rightarrow A - C$

ബന്ധ ഇലക്ട്രോൺ ജോഡി A യിൽനിന്ന് കൂടുതൽ അകന്നും സിയോട് കൂടുതൽ അടുത്തും ആണുണ്ടാവുക.

$A{:}\ C \rightarrow A\ :\ C \rightarrow A^{\delta+} - C^{\delta-}$

ഈ സാഹചര്യത്തിൽ A യ്ക്ക് ഭാഗിക ധനചാർജ്ജും C യ്ക്ക് ഭാഗിക ഋണചാർജ്ജുമുണ്ടാകും. ബന്ധം ഭാഗിക അയോണിക സ്വഭാവമുള്ളതായിരിക്കും.

ബന്ധ ഇലക്ട്രോൺ ജോഡിയെ ആകർഷിക്കാൻ ഒരു ആറ്റത്തിനുള്ള ആപേക്ഷിക പ്രവണതയ്ക്ക് വിദ്യുത് ഋണത (electronegativity) എന്നാണ് പേര് നല്കിയിട്ടുള്ളത്. ഇലക്ട്രോണിനെ വിട്ടുകൊടുക്കാൻ മടി കുറഞ്ഞ (തയ്യാറുള്ള) മൂലകങ്ങളുണ്ടെന്ന് നാം നേരത്തെ കണ്ടതാണ്. അതേപോലെ തന്നെ ഇലക്ട്രോണിനെ പിടിച്ചെടുക്കാൻ ശേഷി കൂടിയ മൂലകങ്ങളുണ്ടെന്നും നാം കണ്ടതാണ്. വ്യത്യസ്ത മൂലക ആറ്റങ്ങൾക്ക് ബന്ധ ഇലക്ട്രോണിനെ ആകർഷിക്കാനുള്ള കഴിവും വ്യത്യസ്തമായിരിക്കും. അതായത് വിവിധ മൂലകങ്ങൾ തമ്മിൽ വിദ്യുത് ഋണതയിൽ വ്യത്യാസമുണ്ടായിരിക്കും. ബന്ധനത്തിലുള്ള മൂലക ആറ്റങ്ങൾ തമ്മിൽ വിദ്യുത് ഋണതയിലുള്ള വ്യത്യാസം വർദ്ധിക്കുന്നതനുസരിച്ച് തന്മാത്രയുടെ ധ്രുവീയതയും വർദ്ധിക്കും. ഇലക്ട്രോണിനെ സ്വന്തം ഭാഗത്തേക്കടുപ്പിക്കുന്ന ഒരുഋണ ഭാഗവും ഇലക്ട്രോൺ ഭാഗികമായി നഷ്ടപ്പെടുന്ന ഒരു ധനഭാഗവും ഉള്ള ഒരു ദ്വിധ്രുവ തന്മാത്രയായിരിക്കും (dipolar) ഫലത്തിൽ ലഭിക്കുക. അങ്ങനെയെങ്കിൽ തീരെ ധ്രുവീയത (Polarity) ഇല്ലാത്ത തന്മാത്ര ഏതായിരിക്കും? ഒരേ മൂലകത്തിന്റെ ആറ്റങ്ങൾ തമ്മിൽ ചേർന്നുണ്ടാകുന്ന തന്മാത്രകൾ ഇക്കൂട്ടത്തിൽപ്പെടും. H_2, O_2, Cl_2, N_2 തുടങ്ങിയവ ഈ ഗണത്തിൽപ്പെടുന്നതാണ്. എന്നാൽ വിദ്യുത് ഋണതയിൽ വ്യത്യാസം ഉള്ള മൂലകങ്ങൾ തമ്മിലുണ്ടാകുന്ന സംയുക്തങ്ങളുടെ തന്മാത്രകളുടെ സ്ഥിതി അതല്ല. അവ ധ്രുവീയമായിരിക്കും എന്നു നാം കണ്ടു. വിദ്യുത് ഋണതാ വ്യത്യാസം കൂടും തോറും ധ്രുവീയത വർദ്ധിക്കുകയും തന്മാത്ര അയോണികമാവുകയും ചെയ്യും.

വിദ്യുത് ഋണതാവ്യത്യാസവും അയോണികതയും എങ്ങനെ കണക്കാക്കും? എന്താണതിന്റെ അളവുകോൽ? ഇതിനു പരിഹാരം നിർദ്ദേശിച്ചത് ലിനസ് പോളിങ്ങാണ്. അദ്ദേഹം മൂലകങ്ങളുടെ വിദ്യുത് ഋണത കണക്കാക്കി പട്ടികപ്പെടുത്തി. 0 മുതൽ 4 വരെയുള്ള ഒരു സ്കെയിലാണ് പോളിങ് നല്കിയത്. ആവർത്തനപ്പട്ടികയുടെ പല രൂപങ്ങളിലും മൂലകത്തിന്റെ പേരിനും പ്രതീകത്തിനുമൊപ്പം വിദ്യുത് ഋണതയും ചേർത്തുവരുന്നുണ്ട്. ലിനസ് പോളിങ് തിട്ടപ്പെടുത്തിയ

ഏതാനും വിദ്യുത് ഋണതാ മൂല്യങ്ങൾ പട്ടിക 3 ൽ നല്കിയിരിക്കുന്നു.

പട്ടിക 3
ഏതാനും മൂലകങ്ങളുടെ വിദ്യുത് ഋണത

മൂലകം	പ്രതീകം	വിദ്യുത് ഋണത
ഹൈഡ്രജൻ	H	2.1
കാർബൺ	C	2.5
നൈട്രജൻ	N	3.0
ഓക്സിജൻ	O	3.5
ഫ്ളൂറിൻ	F	4.0
ക്ലോറിൻ	Cl	3
ബ്രോമിൻ	Br	2.8
സോഡിയം	Na	0.9
പൊട്ടാസിയം	K	0.8
ഫ്രാൻസിയം	Fr	0.7
മഗ്നീഷ്യം	Mg	1.2
കാൽസിയം	Ca	1.0
ബേരിയം	Ba	0.9

ഇന്നും ആധികാരികമായി ഉപയോഗിച്ചുവരുന്നത് പോളിങ് നിർദ്ദേശിച്ച മൂല്യങ്ങൾതന്നെയാണ്. ഇതനുസരിച്ച് ഏറ്റവും കൂടിയ വിദ്യുത് ഋണത ഫ്ളൂറിനും (4.0) ഏറ്റവും കുറവ് ഫ്രാൻസിയത്തിനുമാണ് (0.7)

രാസബന്ധത്തിൽ ഏർപ്പെടുന്ന മൂലകങ്ങളുടെ വിദ്യുത് ഋണതയിലുള്ള വ്യത്യാസവും സംയുക്തത്തിന്റെ അയോണികതയും തമ്മിലുള്ള ബന്ധവും കണക്കാക്കിയിട്ടുണ്ട്. പോളിങ് തന്നെയാണ് ഈ നിർണ്ണയവും നടത്തിയത്. ഇതിന്റെ ഒരു ഭാഗം പട്ടിക 4 ൽ നല്കിയിരിക്കുന്നു.

പട്ടിക 4
വിദ്യുത് ഋണതാവ്യത്യാസവും അയോണിക സ്വഭാവവും

വിദ്യുത് ഋണതാ വ്യത്യാസം	അയോണിക സ്വഭാവം(ശതമാനം)
0.5	6
0.8	15
1.0	22
1.5	43
1.7	51
2.0	63
2.5	79
3.0	89
3.2	92

ഈ പട്ടികകൾ നിർണ്ണായകമായ പല വിവരങ്ങളും നല്കുന്നുണ്ട്. വിദ്യുത് ഋണതയിലുള്ള വ്യത്യാസം 1.7 ആകുമ്പോൾ സംയുക്തത്തിന്റെ അയോണിക സ്വഭാവം 51 ശതമാനമാകുന്നതായി കാണാം. 50 ശതമാനത്തിൽ കൂടുതൽ അയോണിക സ്വഭാവമുള്ള സംയുക്തങ്ങളെ അയോണികമായാണ് കണക്കാക്കുന്നത്. സോഡിയവും ക്ലോറിനും തമ്മിലുള്ള വിദ്യുത് ഋണതാ വ്യത്യാസം 2.1 ആണ്. അയോണിക സ്വഭാവം 63 ശതമാനത്തിനു മുകളിൽ ആണ്. (കൃത്യമായി പറഞ്ഞാൽ 67 ശതമാനം) പൊട്ടാസിയം ക്ലോറൈഡിന്റെ കാര്യത്തിൽ ഇത് 70 ശതമാനമാണ്. ഇവ അയോണിക സംയുക്തങ്ങളാണ്. അതായത് രാസബന്ധത്തിൽ ഏർപ്പെടുന്ന മൂലകങ്ങളുടെ വിദ്യുത് ഋണതയിലുള്ള വ്യത്യാസം 1.7 ലും കൂടുതലെങ്കിൽ സംയുക്തം അയോണികമായിരിക്കും. അതിൽ കുറവെങ്കിൽ സംയുക്തം സഹസംയോജകമാണ്. സഹസംയോജിതമെങ്കിലും ഭാഗികമായ അയോണിക സ്വഭാവമുണ്ടാകും. ഇത്തരം ബന്ധങ്ങളെ ധ്രുവീയ സഹസംയോജക ബന്ധങ്ങൾ (Polar Covalent bonds) എന്നാണ് പറയുന്നത്. ധ്രുവീയതമൂലം അത്തരം സംയുക്തങ്ങളിൽ ഒരു ധനധ്രുവവും (Positive pole) ഒരു ഋണധ്രുവവും (Negative pole) ഉണ്ടാകും.

ഹൈഡ്രജൻ ബന്ധം:

തന്മാത്രകളുടെ ധ്രുവീയതയുമായി ബന്ധപ്പെട്ട് രസകരമായ നിരവധി വസ്തുതകളുണ്ട്. അതിലൊന്നാണ് ഹൈഡ്രജൻ ബന്ധം. ജലതന്മാത്ര സഹസംയോജക ബന്ധം വഴി ഉണ്ടായതാണെന്നറിയാമല്ലോ. ഹൈഡ്രജന്റെ വിദ്യുത് ഋണത 2.1 ഉം ഓക്സിജന്റേത് 3.5 ഉം ആണ്. അതായത് വിദ്യുത് ഋണതയിൽ ഗണ്യമായ വ്യത്യാസമുണ്ട്. അതുകൊണ്ട് O-H ബന്ധം ധ്രുവീയമായിരിക്കും. ഓക്സിജനിൽ ഭാഗിക ധനചാർജ്ജും ഹൈഡ്രജനിൽ ഭാഗിക ഋണചാർജ്ജുമാണുണ്ടാവുക. ജലതന്മാത്രയുടെ ഘടന

$$\delta+\ H—\overset{\delta-}{O}\ \backslash\ H\delta+$$

എന്ന തരത്തിലായിരിക്കും ഭാഗിക ഋണചാർജ്ജുള്ള ഓക്സിജൻ ആറ്റം മറ്റൊരു ജലതന്മാത്രയിലെ ഭാഗികധന ചാർജ്ജുള്ള ഹൈഡ്രജൻ ആറ്റത്തെ ആകർഷിച്ച് ബന്ധിതമാകുന്നു. ഈ ബന്ധം സാധാരണ രാസബന്ധങ്ങളേക്കാൾ വളരെ ദുർബ്ബലമായിരിക്കും. എന്നാൽ രണ്ടോ മൂന്നോ ജലതന്മാത്രകളെ പരസ്പരം ബന്ധിച്ചു നിർത്താൻ ഈ ബന്ധത്തിനു കഴിയും. ഹൈഡ്രജൻ ബന്ധം (Hydrogen bond) എന്നാണ് ഈ ബന്ധം അറിയപ്പെടുന്നത്. ഹൈഡ്രജൻ ബന്ധം വഴി ബന്ധിതമായ ജലതന്മാത്രകളുടെ ഘടനയാണ് താഴെ കൊടുത്തിരിക്കുന്നത്.

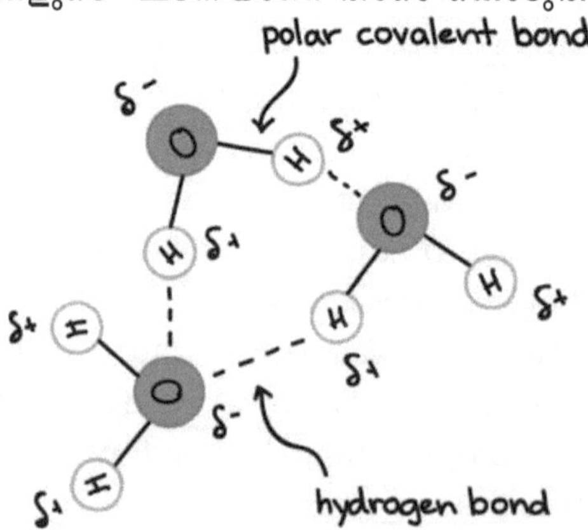

ഹൈഡ്രജൻ ഉൾപ്പെടുന്ന ധ്രുവീയതയുള്ള ഹൈഡ്രൈഡുകളിൽ ചിലതിൽ ശക്തമായ ഹൈഡ്രജൻ ബന്ധം കണ്ടുവരുന്നു. ജലത്തിനു പുറമേ അമോണിയ, ഹൈഡ്രജൻ ഫ്ളൂറൈഡ് എന്നീ സംയുക്തങ്ങളിലും ഹൈഡ്രജൻ ബന്ധം ഉണ്ട്. O-H, N-H ബന്ധങ്ങളുള്ള നിരവധി സംയുക്തങ്ങളിൽ ഹൈഡ്രജൻ ബന്ധം അവയുടെ സ്വഭാവസവിശേഷതകളെ സ്വാധീനിക്കുന്നുണ്ട്.

അയോണുകളുടെ ധ്രുവീകരണം അയോണിക സംയുക്തങ്ങളുടെ സ്വഭാവത്തിൽ പരിമിതികളുണ്ടാക്കുന്നതായും കണ്ടെത്തിയിട്ടുണ്ട്. ഇത് സംബന്ധിച്ചുള്ളതാണ് ഫജാൻസ് (Fajans) നിയമങ്ങൾ.

5

തന്മാത്രയും മോളും

അവോഗാഡ്രോ

തന്മാത്ര (Molecule) മോൾ (mole) എന്നീ പദങ്ങൾ രസതന്ത്രത്തിൽ പതിവായി ഉപയോഗിപ്പെട്ടുവരുന്നവയാണ്. തന്മാത്രയെ ഇതിനിടെ നാം പരിചയപ്പെട്ടുകഴിഞ്ഞതാണ്. രാസസംയോജനത്തെയും പദാർത്ഥ ഘടനയെയും വിശദീകരിക്കുന്നതിൽ ഗണ്യമായ പങ്കാണ് തന്മാത്ര വഹിക്കുന്നത്. അവോഗാഡ്രോ (Ameneo Avogadro) ആണ് ഈ പദം നിർദ്ദേശിച്ചത്. ഡാൽട്ടന്റെ ആറ്റോമിക സിദ്ധാന്തവും ഗേലുസാക്കി (Gay Lussac) ന്റെ വാതക വ്യാപ്ത നിയമവും സംയോജിപ്പിച്ചുകൊണ്ട് അദ്ദേഹം ആവിഷ്കരിച്ച നിയമം (Avogadros law) രസതന്ത്ര പഠനത്തിൽ വിപ്ലവകരമായ മാറ്റ

ങ്ങളാണ് വരുത്തിയത് (1811).

"ഒരേ മർദ്ദത്തിലും താപനിലയിലുമുള്ള തുല്യവ്യാപ്തം വാതകങ്ങളിൽ തുല്യഎണ്ണം തന്മാത്രകളുണ്ടായിരിക്കും." എന്നാണ് അവോഗാഡ്രോ പറഞ്ഞത്. ബെർസീലിയസ് അടക്കമുള്ള അക്കാലത്തെ പ്രമുഖ രസതന്ത്രജ്ഞർ തന്മാത്ര എന്ന പദമുൾക്കൊള്ളാനും അവോഗാഡ്രോയുടെ നിർദ്ദേശം അംഗീകരിക്കാനും തയ്യാറായില്ല. അവോഗാഡ്രോ അന്തരിച്ച് നാലു വർഷങ്ങൾക്കുശേഷം 1860 ൽ ജർമ്മനിയിലെ കാൾസ് റൂ നഗരത്തിൽ നടന്ന ഒരു അന്താരാഷ്ട്ര സമ്മേളനമാണ് അവോഗാഡ്രോ നിയമത്തെ അംഗീകരിച്ചത്. കാനിസാരോ (Stanisalso Cannizaro) ആയിരുന്നു ഈ സമ്മേളനത്തിന്റെ സംഘാടകൻ. അവോഗാഡ്രോ സിദ്ധാന്തത്തെ അടിസ്ഥാനമാക്കി അറ്റോമിക ഭാരവും തന്മാത്രാ ഭാരവും നിർണ്ണയിക്കുന്നതിനുള്ള പ്രായോഗികരീതികളും കാനിസാരോ ആവിഷ്കരിച്ചു.

പദാർത്ഥത്തിന്റെ സ്വഭാവ സവിശേഷതകളെല്ലാം ഉൾക്കൊള്ളുന്ന ഏറ്റവും ചെറിയ കണമാണ് തന്മാത്രയെന്ന് അവോഗാഡ്രോ പറഞ്ഞു. (വാതകങ്ങളെ അടിസ്ഥാനമാക്കിയാണ് അവോഗാഡ്രോ പറഞ്ഞത്) തന്മാത്രകൾ ആറ്റങ്ങൾ ചേർന്നുണ്ടാകുന്നവയോ ആറ്റങ്ങൾ തന്നെയോ ആകാമെന്നും അദ്ദേഹം പറഞ്ഞു. മൂന്നുതരം തന്മാത്രകളുണ്ടെന്നാണ് അവോഗാഡ്രോ നിർദ്ദേശിച്ചത്.

1. ഒരു ആറ്റം മാത്രമുള്ള തന്മാത്ര (He)

2. ഒരേ മൂലകത്തിന്റെ ആറ്റങ്ങൾ ചേർന്നുണ്ടാകുന്ന തന്മാത്ര (O_2)

3. വ്യത്യസ്തമൂലകങ്ങളുടെ ആറ്റങ്ങൾ ചേർന്നുണ്ടാകുന്ന തന്മാത്ര (H_2O)

ഒരേ താപനിലയിലും മർദ്ദത്തിലും വ്യത്യസ്ത വാതകങ്ങളുടെ തുല്യവ്യാപ്തത്തിന്റെ ഭാരം അവയുടെ തന്മാത്രാ ഭാരത്തിന്റെ അനുപാതത്തിലായിരിക്കും എന്നും അവോഗാഡ്രോ പ്രസ്താവിക്കുകയുണ്ടായി.

അവോഗാഡ്രോ നിയമത്തെ തുടർന്നാണ് പദാർത്ഥ അളവിനുള്ള (Amount of substance) മാനകം (Standard) 'മോൾ' രൂപമെടുത്തത്. വസ്തുക്കളുടെ ഭാരം അളക്കുന്നതിനുള്ള ഭൗതികമാത്രയായ ഗ്രാം (കിലോഗ്രാമും) ചലനം സംബന്ധിച്ച പഠനങ്ങൾക്ക് പര്യാപ്തമാണ്. എന്നാൽ രാസപഠനങ്ങൾക്ക് ഭാരമാത്രകൾ പര്യാപ്തമാകുന്നില്ല. തുല്യഎണ്ണം പദാർത്ഥകണികകളെയാണ് തുല്യഭാരങ്ങളെയല്ല താരതമ്യങ്ങൾക്ക് പരിഗണിക്കേണ്ടത്. ഒരുദാഹരണം പരിഗണിക്കാം. ലിഥിയം, സോഡിയം, പൊട്ടാസിയം എന്നീ ലോഹമൂലകങ്ങൾ ഹൈഡ്രജനുമായി ചേർന്ന് ഹൈഡ്രഡുകളുണ്ടാകുന്നതു പരിഗണിക്കാം. മൂന്നു സന്ദർഭത്തിലും നാം ഒരു ഗ്രാം ഹൈഡ്രജനാണ് ഉപയോഗിക്കുന്നത്. രാസപ്രവർത്തനം പൂർണ്ണമായി എന്നുറപ്പാക്കാൻ ലിഥിയവും സോഡിയവും പൊട്ടാസിയവും അധികമായി എടുക്കുന്നുണ്ട്. അതായത് ഹൈഡ്രജൻ മൂന്നവസരത്തിലും പൂർണ്ണമായി സംയോജിച്ചിട്ടുണ്ട് എന്നു നാം ഉറപ്പാക്കിയിട്ടുണ്ട്. രാസപ്രവർത്തനശേഷം നമുക്കുകിട്ടുക താഴെ പറയുന്നവയാണ്

1. 8 ഗ്രാം ലിഥിയം ഹൈഡ്രൈഡ് (ലിഥിയത്തിന്റെ ആറ്റോമിക ഭാരം 7)
2. 24 ഗ്രാം സോഡിയം ഹൈഡ്രൈഡ് (സോഡിയത്തിന്റെ ആറ്റോമിക ഭാരം 23)
3. 40 ഗ്രാം പൊട്ടാസിയം ഹൈഡ്രൈഡ് (പൊട്ടാസിയത്തിന്റെ ആറ്റോമിക ഭാരം 39).

കിട്ടിയ ഉല്പന്നങ്ങളിൽ പൊട്ടാസിയം ഹൈഡ്രൈഡിന്റെ അളവ് മറ്റു രണ്ടിനേക്കാളും കൂടുതലാണ് എന്ന് ഒറ്റനോട്ടത്തിൽ തോന്നും. ഭാരം കണക്കിലെടുത്താൽ ഇത് ശരിയാണ്. എന്നാൽ പദാർത്ഥ അളവ് പരിഗണിച്ചാലോ?

മൂന്നു ലോഹമൂലകങ്ങളുടെയും സംയോജകത ഒന്നാണ്. അതായത് ഒരു ആറ്റം ലിഥിയം/ സോഡിയം/ പൊട്ടാസിയം ഒരു ഹൈഡ്രജൻ ആറ്റവുമായി സംയോജിക്കും. മൂന്നു മൂലക

ങ്ങളുമായും സംയോജിച്ചത് ഒരു ഗ്രാം ഹൈഡ്രജൻ ആണ്. അതായത് മൂന്നു പരീക്ഷണങ്ങളിലും രാസസംയോജനങ്ങളിൽ പങ്കെടുത്ത ഹൈഡ്രജൻ ആറ്റങ്ങളുടെ എണ്ണം ഒന്നു തന്നെ യാണ്. അപ്പോൾ സംയോജനത്തിൽ ഏർപ്പെട്ട ലിഥിയം/ സോഡിയം/ പൊട്ടാസിയം ആറ്റങ്ങളുടെ എണ്ണവും തുല്യമാ യിരിക്കും. അതുമാത്രമല്ല രാസസംയോജനഫലമായുണ്ടാകുന്ന ലിഥിയം ഹൈഡ്രൈഡ്, സോഡിയം ഹൈഡ്രൈഡ്, പൊട്ടാ സിയം ഹൈഡ്രൈഡ് എന്നീ സംയുക്ത തന്മാത്രകളുടെ എണ്ണവും ഒന്നുതന്നെയായിരിക്കും. അഥവാ അവയുടെ 'അളവ്' തുല്യമായിരിക്കും. രസതന്ത്ര ഭാഷയിൽ തുല്യ അളവ് പദാർത്ഥ ങ്ങൾ എന്നു പറഞ്ഞാൽ തുല്യ എണ്ണം കണികകൾ എന്നാണ് അർത്ഥമാക്കുന്നത്. തുല്യഭാരം എന്നല്ല. അതുകൊണ്ടാണ് പദാർത്ഥത്തിന്റെ അളവ് ദ്രവ്യമാനം, സമയം ദൂരം എന്നിവ പോലുള്ള ഒരു അടിസ്ഥാന അളവായിത്തീർന്നത്. പദാർത്ഥ ത്തിന്റെ അളവിന്റെ (amount of substance) ഏകകമാണ് (Unit) മോൾ. മോൾ എന്ന ലാറ്റിൻ വാക്കിന്റെ അർത്ഥം ഒരു ചെറിയ കൂന അഥവാ കൂമ്പാരം എന്നാണ്. പദാർത്ഥ അള വിന്റെ ഏകകമായ മോളിന് കണികകളുടെ കൂമ്പാരം എന്ന് അർത്ഥം നല്കാവുന്നതാണ്. രസതന്ത്രത്തിൽ ഭാരമല്ല പ്രധാനം പദാർത്ഥ കണികകളുടെ എണ്ണമാണ്. അതിനെ പ്രതിനിധാനം ചെയ്യുന്ന മോളിന്റെ പ്രാധാന്യം പ്രത്യേകം ശ്രദ്ധിക്കപ്പെടേണ്ട തുണ്ട്.

മോൾസങ്കല്പനം രൂപപ്പെട്ടുവന്ന കാലഘട്ടത്തിൽ അറി യപ്പെട്ടിരുന്ന ഏറ്റവും ഭാരം കുറഞ്ഞ ഹൈഡ്രജൻ ആറ്റത്തെ യാണ് പ്രമാണമാക്കിയത്. ഹൈഡ്രജൻ ആറ്റത്തിന്റെ ഭാരത്തെ യാണല്ലോ ആറ്റോമിക ഭാരത്തിന്റെ ഏകകമായെടുത്തത്. അതാ യത് ഹൈഡ്രജന്റെ ആറ്റോമിക ഭാരം ഒന്ന് എന്ന് നിശ്ചയിച്ചു. മറ്റ് മൂലക ആറ്റങ്ങളുടെ ഭാരം ഹൈഡ്രജൻ ആറ്റത്തിന്റെ ഭാര ത്തിന്റെ എത്ര ഇരട്ടിയാണോ അതാണ് ആ മൂലകങ്ങളുടെ ആറ്റോമിക ഭാരം. പക്ഷേ, ഭാരത്തിന്റെ ഏകകം ഗ്രാമാണ് (gram). അതുകൊണ്ട് പദാർത്ഥ അളവിന്റെ ഏകകമായെടു

ത്തത് ഒരു ഗ്രാം ഹൈഡ്രജനെയാണ്. ഒരു ഗ്രാം ഹൈഡ്രജനിൽ അടങ്ങിയിട്ടുള്ള പദാർത്ഥ അളവ് 'മോൾ' എന്ന് അറിയപ്പെടാനും തുടങ്ങി. ഒരു ഗ്രാം ഹൈഡ്രജനിലുള്ള ആറ്റങ്ങളുടെ എണ്ണം അവോഗാഡ്രോ സംഖ്യ എന്നും പിന്നീട് അവോഗാഡ്രോ സ്ഥിരാങ്കം എന്നും അറിയപ്പെടാനും തുടങ്ങി.

ഓക്സിജന്റെ തന്മാത്രാ ഭാരം 32 ആണെന്നു നമുക്കറിയാം. അപ്പോൾ 32 ഗ്രാം ഓക്സിജനെ ഒരു മോൾ എന്നു കണക്കാക്കാമല്ലോ. ഒരു ഗ്രാം ഹൈഡ്രജൻ ഒരു മോൾ ആണെന്നു നാം നേരത്തെ കണ്ടു. ഇത് ഒരു മോൾ ഹൈഡ്രജൻ ആറ്റങ്ങളാണെന്നും കണ്ടിരുന്നു. പക്ഷേ, ഓക്സിജന്റെ കാര്യത്തിൽ നാം തന്മാത്രാ ഭാരമാണ് പരിഗണിച്ചത്. അതുകൊണ്ട് 32 ഗ്രാം ഓക്സിജനിൽ ഉള്ളത് ഒരു മോൾ ഓക്സിജൻ തന്മാത്രകളാണ്. ഇപ്പോൾ ഒരു കാര്യം വ്യക്തമാകും. ഒരു മോൾ ഹൈഡ്രജൻ, ഒരു മോൾ ഓക്സിജൻ എന്നെല്ലാം പറഞ്ഞാൽ ആശയം പൂർണ്ണമാകുന്നില്ല. കൃത്യമാകണമെങ്കിൽ ഒരു മോൾ ഹൈഡ്രജൻ ആറ്റം, ഒരു മോൾ ഓക്സിജൻ തന്മാത്ര, ഒരു മോൾ ഇലക്ട്രോൺ, ഒരു മോൾ ക്ലോറൈഡ് അയോണുകൾ എന്നിങ്ങനെ ഏതു കണികയെയാണ് പ്രതിപാദിക്കുന്നത് എന്ന് വ്യക്തമാക്കേണ്ടതുണ്ട് (പ്രത്യേകം പരാമർശിക്കാത്ത സാഹചര്യത്തിൽ തന്മാത്രയെന്നാണ് പരിഗണിക്കുക) അണുഭാരത്തിനുള്ള പ്രമാണം C^{12} ആയി അംഗീകരിക്കപ്പെട്ടപ്പോൾ മോളിന്റെ നിർവ്വചനത്തിനും അതനുസരിച്ചുള്ള മാറ്റം വന്നിട്ടുണ്ട്; അവോഗാഡ്രോ സ്ഥിരാങ്കത്തിനും.

"12 ഗ്രാം C^{12} ൽ അടങ്ങിയിട്ടുള്ള ആറ്റങ്ങളുടെ എണ്ണമാണ് അവോഗാഡ്രോ സംഖ്യ. അവോഗാഡ്രോ സംഖ്യ കണികകളുള്ള പദാർത്ഥത്തിന്റെ അളവാണല്ലോ മോൾ.

അപ്പോൾ "12 ഗ്രാം C^{12} ൽ അടങ്ങിയിട്ടുള്ള ആറ്റങ്ങളുടെ അത്രയും കണികകൾ (ആറ്റം, തന്മാത്ര, ഇലക്ട്രോൺ, അയോൺ, ഫോട്ടോൺ എന്നിങ്ങനെ) അടങ്ങിയിട്ടുള്ള പദാർത്ഥ അളവാണ് ഒരു മോൾ" എന്ന് മോളിനെ നിർവ്വചി

ക്കാവുന്നതാണ്.

മോൾ സങ്കല്പനം രാസമൂലകങ്ങളുടെ പ്രതീകത്തിന് പുതിയ മാനം നല്കി. പ്രതീകത്തിന് അളവുപരമായ കൃത്യത കൈവന്നു.

H എന്നത് ഒരു മോൾ ഹൈഡ്രജൻ ആറ്റങ്ങളെ പ്രതിനിധാനം ചെയ്യുന്നു; H_2 എന്നത് ഒരു മോൾ ഹൈഡ്രജൻ തന്മാത്രകളെയും. തന്മാത്രാ സൂത്രങ്ങൾക്കും അതുവഴി രാസസമീകരണങ്ങൾക്കും അളവുപരമായ കൃത്യത വർദ്ധിച്ചു. മറ്റൊരു തരത്തിൽ പറഞ്ഞാൽ പദാർത്ഥത്തിന്റെ ഭാരം പ്രകടിപ്പിക്കുന്നതിനുള്ള ശാസ്ത്രീയമായ ഒരു രീതിയാണ് മോൾ നല്കിയത്.

ഒരു മോൾ ഓക്സിജന്റെ ഭാരം 32 ഗ്രാം എന്നു നാം കണ്ടു. അപ്പോൾ ഓക്സിജന്റെ മോളാർ ഭാരം = 32 ഗ്രാം

അഥവാ ഓക്സിജന്റെ ഭാരം = 32 ഗ്രാം/മോൾ

അവോഗാഡ്രോ നിയമമനുസരിച്ച് തുല്യവ്യാപ്തം വാതകങ്ങളിൽ (ഒരേ താപനിലയിലും മർദ്ദത്തിലും) തുല്യ എണ്ണം തന്മാത്രകളുണ്ടായിരിക്കും. അഥവാ തുല്യ എണ്ണം തന്മാത്രകൾ അധിവസിക്കുന്ന വ്യാപ്തം തുല്യമായിരിക്കും. ഏതു പദാർത്ഥത്തിന്റെയും (വാതകത്തിന്റെയും) ഒരു മോളിൽ ഉൾക്കൊള്ളുന്ന തന്മാത്രകളുടെ എണ്ണം തുല്യമാണെന്നും നാം കണ്ടുകഴിഞ്ഞു. ഒരു മോൾ വാതകത്തിന് (ആദർശക വാതകം) എസ് ടി പിയിൽ (പ്രമാണതാപനിലയിലും മർദ്ദത്തിലും) ഉള്ള വ്യാപ്തം 22.414 ലിറ്റർ ആണെന്നു കണ്ടെത്തിയിട്ടുണ്ട്. അതായത് ഒരു മോൾ വാതകപദാർത്ഥത്തിന്റെ എസ് ടി പി യിലെ വ്യാപ്തം 22.414 ലിറ്റർ ആണ്. ഇതാണ് ഒരു മോളിന്റെ വ്യാപ്തം അഥവാ മോളാർ വ്യാപ്തം. സമാനതാപനിലയിലും മർദ്ദത്തിലും എല്ലാ വാതകങ്ങളുടെയും മോളാർ വ്യാപ്തം തുല്യമായിരിക്കുമെന്നും ഇതിൽനിന്ന് കാണാവുന്നതാണ്.

രസതന്ത്രപരികലനങ്ങളിൽ പദാർത്ഥ അളവ് മോൾ (ഗുണിതങ്ങളോ ഭിന്നങ്ങളോ) അടിസ്ഥാനത്തിലാണ് പരിഗണിക്കേ

ണ്ടത് എന്ന് വ്യക്തമായല്ലോ. പക്ഷേ, നാം ഭാരം അളക്കുന്നത് ഗ്രാമിൽ ആണല്ലോ. ഭാരത്തെ മോളിലേക്ക് മാറ്റി വേണം പരികലനങ്ങൾ നടത്താൻ എന്നർത്ഥം.

മോളുകളുടെ എണ്ണം (n) = ഭാരം/തന്മാത്രാഭാരം

$$n = \frac{w}{M}$$

6

ബന്ധനീളവും ബന്ധ ഊർജ്ജവും

ആറ്റത്തിന്റെ ഇലക്ട്രോണിക ഘടനയുടെ അടിസ്ഥാനത്തിൽ രാസസംയോജനം നടക്കുന്നതും രാസബന്ധങ്ങളുണ്ടാകുന്നതും എങ്ങനെയെന്നു നാം കണ്ടു. പക്ഷേ, രാസപ്രക്രിയകളിൽ ഊർജ്ജമാറ്റമുണ്ടാകുന്നതെങ്ങനെയെന്ന ചോദ്യം അവശേഷിക്കുന്നു. രാസസംയോജനത്തിൽ ബന്ധിതമാകുന്ന ആറ്റങ്ങൾ തമ്മിലുള്ള അകലം എത്രയായിരിക്കും എന്നതിനും ഉത്തരം കിട്ടിയില്ല. രാസബന്ധങ്ങളുടെ സ്ഥിരതയും വിഘടന സാദ്ധ്യതകളും വിശദീകരിക്കേണ്ടതുമുണ്ട്.

രണ്ടു ആറ്റങ്ങൾ തമ്മിൽ ബന്ധിതമായിരിക്കുമ്പോൾ ആറ്റങ്ങളുടെ ന്യൂക്ലിയസുകൾ തമ്മിലുള്ള അകലത്തെയാണ് ബന്ധനീളം (Bond length) എന്നുപറയുന്നത്. ഒരു അയോണിക ബന്ധത്തിൽ ഇത് എങ്ങനെയാണെന്ന് ആദ്യം പരിഗണിക്കാം. ഉദാഹരണത്തിന് സോഡിയം ക്ലോറൈഡ് പോലുള്ള ഒരു അയോണിക സംയുക്തത്തിൽ സോഡിയം അയോണും ക്ലോറൈഡ് അയോണും പരസ്പര ആകർഷണം വഴി അടുത്തുവരുന്നതായാണ് കണക്കാക്കുന്നത്. പരസ്പര ആകർഷണമില്ലാത്ത അകലത്തിൽ നിന്ന് (അനന്ത ദൂരം) അയോണുകൾ അടുത്തു വരുമ്പോൾ ഉണ്ടാകുന്ന ഊർജ്ജമാറ്റം ചിത്രം 1 ൽ കൊടുത്തിരിക്കുന്നു. അയോണുകൾക്കിടയിലുള്ള ദൂരവും

ഊർജ്ജവും ഗ്രാഫിൽ ചിത്രീകരിക്കുമ്പോൾ കിട്ടുന്ന അവസ്ഥയാണ് ചിത്രം 1 ൽ കൊടുത്തിരിക്കുന്നത്.

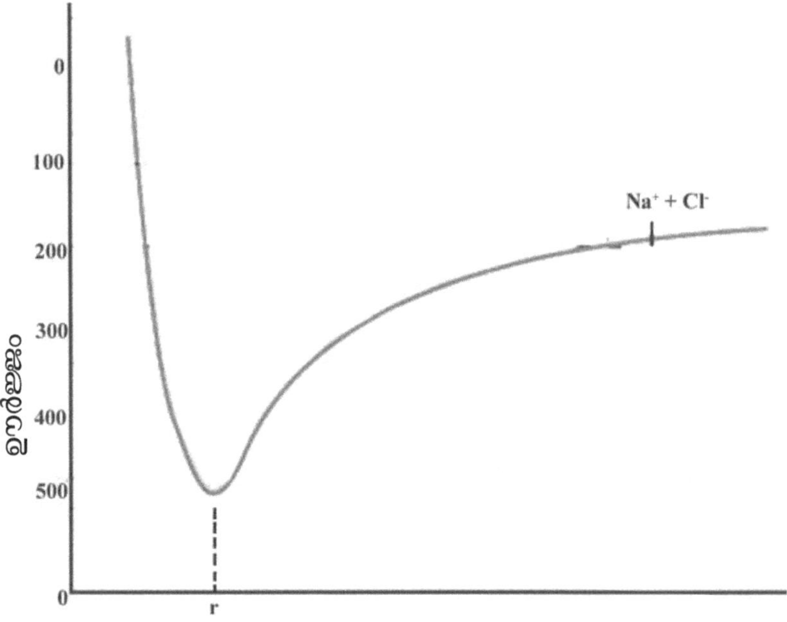

ചിത്രം 1 സോഡിയം ക്ലോറൈഡ് ഊർജ്ജ വക്രം
ന്യൂക്ലിയസുകൾ തമ്മിലുള്ള അകലം

ഇവിടെ അയോണുകൾ അടുത്തു വരുന്തോറും അവ തമ്മിലുള്ള പരസ്പര ആകർഷണം വർദ്ധിക്കുന്നതിനാൽ ഊർജ്ജം കുറയുന്നു. ഇത്തരത്തിൽ ഒരു നിശ്ചിത അകലത്തിൽ എത്തിക്കഴിയുമ്പോൾ വികർഷണ ഊർജ്ജം ആകർഷണ ഊർജ്ജത്തേക്കാൾ കൂടുതലാകയാൽ ഊർജ്ജം കൂടാൻ തുടങ്ങുന്നു. ഏറ്റവും കുറഞ്ഞ ഊർജ്ജമുള്ള അവസ്ഥയിൽ അയോണുകൾ തമ്മിലുള്ള ദൂരമാണ് ഇവിടെ ബന്ധ നീളമായി കണക്കാക്കുന്നത്. (അയോണിക ക്രിസ്റ്റലുകളിൽ അയോണിക തന്മാത്രകളല്ല ക്രിസ്റ്റൽ ലാസ്റ്റിസുകളാണുള്ളത്)

സഹസംയോജക ബന്ധങ്ങളിലും ബന്ധനീളം ഊർജ്ജവുമായി ബന്ധപ്പെട്ടിരിക്കുന്നതായി കാണാം. ഏറ്റവും സരള

മായ ഹൈഡ്രജൻ തന്മാത്രയുടെ കാര്യം ഉദാഹരണമായെടുക്കാം. പരസ്പരാകർഷണമില്ലാത്ത അകലത്തുനിന്നും (അനന്തദൂരം) രണ്ട് ഹൈഡ്രജൻ ആറ്റങ്ങൾ അടുത്തു വരുന്നതു പരിഗണിക്കുക

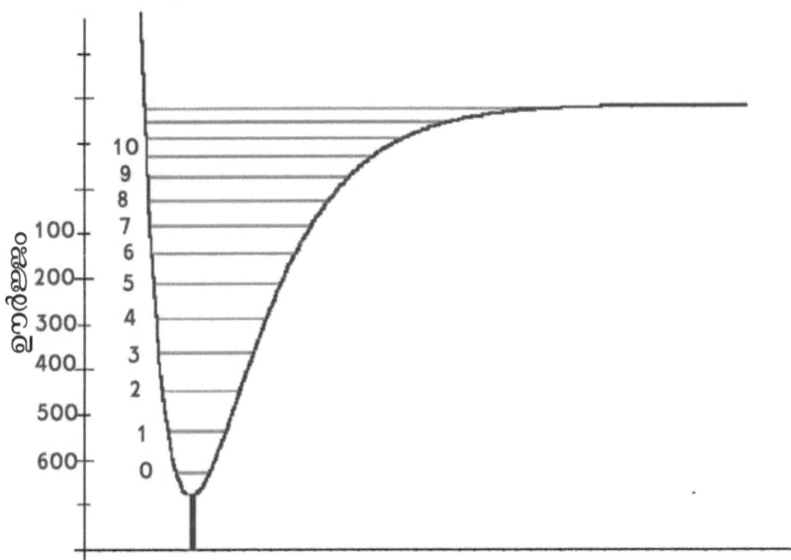

ചിത്രം 2 . ഹൈഡ്രജൻ തന്മാത്ര ഊർജ്ജം വക്രം
ന്യൂക്ലിയസുകൾ തമ്മിലുള്ള ദൂരം

ഈ സംവിധാനത്തിൽ രണ്ട് ഇലക്ട്രോണുകളും രണ്ട് ന്യൂക്ലിയസുകളുമാണുള്ളതെന്നറിയാമല്ലോ. ഇവിടെ താഴെ പറയുന്ന തരം ആകർഷണ വികർഷണങ്ങളുണ്ട്.

1. ഇലക്ട്രോൺ 1 ഇലക്ട്രോൺ 2 നെ വികർഷിക്കുന്നു.
2. ഇലക്ട്രോൺ 1 ന്യൂക്ലിയസ് 1 നെ ആകർഷിക്കുന്നു.
3. ഇലക്ട്രോൺ 1 ന്യൂക്ലിയസ് 2 നെ ആകർഷിക്കുന്നു.
4. ഇലക്ട്രോൺ 2 ന്യൂക്ലിയസ് 1 നെ ആകർഷിക്കുന്നു
5. ഇലക്ട്രോൺ 2 ന്യൂക്ലിയസ് 2 നെ ആകർഷിക്കുന്ന
6. ന്യൂക്ലിയസ് 1 ന്യൂക്ലിയസ് 2 നെ വികർഷിക്കുന്നു

ആറ്റങ്ങൾ അടുത്തുവരുന്നതോടെ ആകർഷണം വർദ്ധിക്കുകയും സ്ഥിതി ഊർജ്ജം കുറയുകയും ചെയ്യുന്നു. ഒരു നിശ്ചിത ദൂരമെത്തിക്കഴിഞ്ഞാൽ വികർഷണം ആകർഷണത്തേക്കാൾ കൂടുതലാവുകയും ഊർജ്ജം വർദ്ധിക്കുകയും ചെയ്യുന്നു. സ്ഥിതിജ ഊർജ്ജം ഏറ്റവും കുറഞ്ഞ അവസ്ഥയിൽ രണ്ട് ന്യൂക്ലിയസുകളും തമ്മിലുള്ള അകലമാണ് ബന്ധനീളം.

ഏതാനും ബന്ധ നീളങ്ങൾ പട്ടിക 3 ൽ കൊടുത്തിരിക്കുന്നു.

പട്ടിക 3

ബന്ധ നീളങ്ങൾ (നാനോമീറ്റർ)

ബന്ധം	ബന്ധനീളം
H-H	0.074
C-C	0.154
C=C	0.134
N-N	0.146
N=N	0.120
N-H	0.101
C-Cl	0.177
O-O	0.132
O=O	0.121
Cl-Cl	0.199
C-H	0.109
O-H	0.096
C-O	0.143
C=O	0.122

ചിത്രം 2 ൽ ബന്ധ നീളത്തോടൊപ്പം വിവിധകമ്പനനില (Vibration levels) കളിലെ ഊർജ്ജവും നല്കിയിട്ടുള്ളത് ശ്രദ്ധിക്കുക. ഏറ്റവും ഊർജ്ജം കുറഞ്ഞ അവസ്ഥ എന്നത് കമ്പനനില പൂജ്യം ആയ അവസ്ഥയും കൂടിയാണെന്ന് കാണാവുന്നതാണ്. ന്യൂക്ലിയസുകൾ ഏറ്റവും അടുത്ത അകലത്തിലെത്തുമ്പോൾ ഇലക്ട്രോൺ ഓർബിറ്റലുകളുടെ അതിവ്യാപനം (Overlapping) സാദ്ധ്യമായത്ര പൂർണ്ണമായിരിക്കും. ഈ അവസ്ഥയിലുള്ള ഊർജ്ജമാണ് ബന്ധം ഊർജ്ജം (bond energy). രാസബന്ധം ഉണ്ടാകുമ്പോൾ ഊർജ്ജം ഋണമാകുന്നതായി നമുക്ക് ചിത്രങ്ങളിൽനിന്ന് വ്യക്തമാകുന്നുണ്ട്. അതായത് ഊർജ്ജം പുറത്തു വിടുന്നു. ഇത്തരത്തിൽ ഒരു മോൾ ബന്ധങ്ങൾ രൂപപ്പെടുമ്പോൾ മുക്തമാക്കപ്പെടുന്ന ഊർജ്ജത്തിന്റെ അളവാണ് ബന്ധഊർജ്ജം. കി. ജൂൾ/മോൾ എന്ന അളവിലാണ് ഇത് രേഖപ്പെടുത്തി വരുന്നത്. ഒരു ബന്ധം വിഘടിക്കുന്ന അവസ്ഥ പരിഗണിച്ചാലോ? ബന്ധിതമായ ആറ്റങ്ങൾ അനന്തഅകലത്തേക്ക് (പരസ്പരാകർഷണം ഇല്ലാത്ത അകലത്തേക്ക്) മാറ്റപ്പെടുമ്പോഴാണ് ബന്ധം വിഘടിച്ചു എന്നു പറയുന്നത്. ഇതിന് ഊർജ്ജം ചെലവഴിക്കേണ്ടി വരും. ഇവിടെ ഊർജ്ജ മാറ്റം ധനമാണ്. ഈ ഊർജ്ജത്തെ വിഘടന ഊർജ്ജം (മോളാർ) എന്നാണ് പറയുന്നത്. രസകരമായ വസ്തുത ബന്ധ ഊർജ്ജവും വിഘടന ഊർജ്ജവും ചിഹ്നത്തിൽ വിരുദ്ധമെങ്കിലും അളവിൽ തുല്യമായിരിക്കും (രാസബന്ധത്തിന്റെ വിഘടനവും കമ്പനനിലകളുമായുള്ള ബന്ധം പിന്നീട് വിശദമാക്കും).

താപീയ രസതന്ത്രം (Thermochemistry)

രാസപ്രവർത്തനങ്ങളിൽ താപം (ചൂട്) പുറത്തുവരുന്നതായി വളരെ മുൻപുതന്നെ കണ്ടെത്തിയിരുന്നു. അതുപോലെ തന്നെയാണ് താപം അവശോഷിക്കുന്ന രാസപ്രവർത്തനങ്ങളുണ്ടെന്നതും. താപം പുറത്തുവിടുന്നവ താപമോചകം (Exotherinic) എന്നും താപം അവശോഷിക്കുന്നവ താപശോ

ഷകം (endothernic) എന്നും അറിയാനും തുടങ്ങിയിരുന്നു. എന്തുകൊണ്ടാണ് ചിലത് താപമോചകമാവുന്നത്? ഈ താപം എവിടെ നിന്നുവരുന്നു? ഇത്തരം ചോദ്യങ്ങൾക്ക് ഉത്തരം തേടിക്കൊണ്ടാണ് താപീയ രസതന്ത്രം ആരംഭിച്ചത്. ലവോസിയെയും ഡിലാപ്ലേസുമാണ് ആദ്യത്തെ താപീയ രസതന്ത്രനിയമം ആവിഷ്കരിച്ചത് (1782). ഒരു രാസസംയുക്തത്തെ അതിന്റെ മൂലകങ്ങളായി വിഘടിപ്പിക്കാൻ വേണ്ടിവരുന്ന താപം ആ സംയുക്തം അതിന്റെ മൂലകങ്ങളിൽനിന്ന് രൂപപ്പെടുമ്പോൾ മോചിപ്പിക്കപ്പെടുന്നതിന് തുല്യമാണ് എന്നതായിരുന്നു അവർ പ്രഖ്യാപിച്ചത്. ഇന്നത്തെ പദാവലികൾ ഉപയോഗിച്ചാൽ ഒരു രാസപ്രവർത്തനത്തിലെ എൻഥാൽപിമാറ്റം അതിന്റെ വിപരീതരാസപ്രവർത്തനത്തിന്റെ എൻഥാൽപിമാറ്റത്തിനു തുല്യവും വിപരീതചിഹ്നത്തോടു കൂടിയതുമായിരിക്കും. ചുരുക്കിപ്പറഞ്ഞാൽ

രൂപീകരണതാപം (ഊർജ്ജം) = വിഘടനതാപം (ഊർജ്ജം)

ഹെസ്സിന്റെ സ്ഥിരതാപ സമാകലനനിയമമാണ് പ്രത്യേക പരാമർശമർഹിക്കുന്ന മറ്റൊരു താപീയ രസതന്ത്ര നിയമം (1840).

ഒരു രാസപ്രവർത്തനത്തിലെ താപമാറ്റം (എൻഥാൽപിമാറ്റം) അത് ഒറ്റഘട്ടമായോ, ഒന്നിലേറെ ഘട്ടങ്ങളായോ നടന്നാലും ഒന്നു തന്നെയായിരിക്കും (Hess's law of constant heat summation). ഒരുദാഹരണം ഇത് വ്യക്തമാക്കും. കാർബൺ ഡൈ ഓക്സൈഡ് ഉണ്ടാകുന്ന രണ്ടു രീതികൾ പരിഗണിക്കുക.

രീതി:1

$C(s) + O_2(g) \rightarrow CO_2(g) \quad \Delta H = -393.5$ കി ജൂൾ

രീതി 2

a) $C(s) + 1/_2O_2(g) \rightarrow CO(g)$ $\Delta H =$ -110.5 കി ജൂൾ

b) $CO(g) + 1/_2O_2(g) \rightarrow CO_2(g)$ $\Delta H = 283$ കി ജൂൾ

Aയും Bയും കൂടി ചേർത്താൽ

(രണ്ടുഘട്ടങ്ങളും ചേർത്താൽ)

$C(s) + O_2(g) \rightarrow CO_2(g)$ കി ജൂൾ

$\Delta H = -110.5 + (-283)$

= 393.5 കി ജൂൾ

ഒറ്റഘട്ടമായി നടന്ന ഒന്നാമത്തെ രീതിയിലും രണ്ടു ഘട്ടമായി നടന്ന രണ്ടാമത്തെ രീതിയിലും ഊർജ്ജമാറ്റം ഒന്നുതന്നെയെന്നു കാണാൻ കഴിയും. മറ്റൊരു തരത്തിൽ പറഞ്ഞാൽ ഒരു രാസപ്രവർത്തനം ഏതു രീതിയിൽ നടന്നാലും അതിലെ ഊർജ്ജ മാറ്റം അഭികാരകങ്ങളെയും അന്തിമ ഉല്പന്നങ്ങളെയും മാത്രമാണ് ആശ്രയിക്കുന്നത്.

ഈ രണ്ടു നിയമങ്ങളും ഊർജ്ജസംരക്ഷണനിയമ (ഒന്നാം താപഗതികനിയമം)ത്തിന്റെ (1842) സ്വാഭാവിക പരിണതികളാണെന്ന് ഇന്നു നമുക്കറിയാം. എന്നാൽ അവ ഊർജ്ജ സംരക്ഷണ നിയമത്തിനും മുൻപ് നിരീക്ഷണങ്ങളുടെ അടിസ്ഥാനത്തിൽ രൂപപ്പെട്ടവയാണ്.

രാസപ്രവർത്തനത്തിൽ പുറത്തുവിടുന്ന ഊർജ്ജം എവിടെ നിന്നുവരുന്നു എന്ന ചോദ്യത്തിന് ഉത്തരം കാണാൻ നമുക്കു ശ്രമിക്കാം. രാസപ്രവർത്തനങ്ങൾ സ്ഥിര മർദ്ദത്തിലും (Constant pressure) സ്ഥിര വ്യാപ്തത്തിലും നടത്താവുന്നതാണ്. സ്ഥിര മർദ്ദത്തിലാണെങ്കിൽ വാതകങ്ങൾ ഉണ്ടാകുന്ന അവസരങ്ങളിൽ മർദ്ദത്തിനെതിരെ പ്രവൃത്തി ചെയ്ത് വികസിക്കേണ്ടിവരുന്നു. ഇതിനുവേണ്ട ഊർജ്ജം പ്രതിപ്രവർത്തനത്തിൽ നിന്നു കിട്ടുന്ന ഊർജ്ജത്തിൽ നിന്നെടുക്കേണ്ടിവരും. സ്ഥിര മർദ്ദത്തിലുണ്ടാകുന്ന ഊർജ്ജമാറ്റമാണ് എൻഥാൽപിമാറ്റം

എന്നറിയപ്പെടുന്നത്.

$$\Delta H = H_2 - H_1$$

ഇവിടെ H_1 അഭികാരങ്ങളുടെ എൻഥാൽപി, H_2 ഉല്പന്നങ്ങളുടെ എൻഥാൽപി, ΔH എൻഥാൽപി മാറ്റം

ഉല്പന്നങ്ങളുടെ എൻഥാൽപി (H_2)യേക്കാൾ കുറവെങ്കിൽ ഊർജ്ജം പുറത്തുവിടുന്നു. (ഊർജ്ജമോചകം) എന്നർത്ഥം. ഇവിടെ ΔH ഋണമായിരിക്കും (-ve) തിരിച്ചാണെങ്കിൽ അതായത് ഉല്പന്നങ്ങളുടെ എൻഥാൽപി (H_2) അഭികാരങ്ങളുടെ എൻഥാൽപി (H_1)യേക്കാൾ കൂടുതൽ എങ്കിൽ ഊർജ്ജം അവശോഷിക്കപ്പെട്ടു (ഊർജ്ജശോഷകം) എന്നർത്ഥം. ΔH ധനമായിരിക്കും (+ve) സ്ഥിരവ്യാപ്തത്തിൽ നടക്കുന്ന രാസപ്രവർത്തനങ്ങളിൽ വ്യാപ്തത്തിന് മാറ്റം സംഭവിക്കാത്തതിനാൽ വികസനത്തിന് ഊർജ്ജം ചെലവാക്കേണ്ടതില്ല. ഈ അവസരത്തിൽ പദാർത്ഥങ്ങളുടെ ഊർജ്ജ ഉള്ളടക്കത്തിൽ നടന്ന മാറ്റം പൂർണ്ണമായും അനുഭവപ്പെടും. ഇത് ഉല്പന്നങ്ങളുടെയും അഭികാരങ്ങളുടെയും ആന്തരിക ഊർജ്ജത്തിൽ (ഊർജ്ജ ഉള്ളടക്കത്തിൽ) വരുന്ന മാറ്റമാണ്. പരീക്ഷണശാലകളിൽ മിക്കവാറും സ്ഥിരമർദ്ദത്തിൽ (അന്തരീക്ഷവുമായി സന്തുലനത്തിൽ) ആണ് രാസപ്രവർത്തനങ്ങൾ നടക്കുന്നത്. അതുകൊണ്ട് എൻഥാൽപിയിലുണ്ടാകുന്ന മാറ്റമാണ് പരിഗണിക്കുന്നത്. എന്നാൽ വാതക ഉല്പന്നങ്ങൾ ഉണ്ടാകാത്ത അവസരങ്ങളിൽ വികസനത്തിന് ഊർജ്ജം ചെലവഴിക്കേണ്ടി വരുന്നില്ല. അതിനാൽ എൻഥാൽപി മാറ്റവും ഊർജ്ജ ഉള്ളടക്കത്തിലെ (Energy content) മാറ്റവും ഒന്നു തന്നെയായിരിക്കും. അത് ഉല്പന്ന തന്മാത്രകളുടെയും അഭികാരകതന്മാത്രകളുടെയും ആന്തരിക ഊർജ്ജങ്ങൾ തമ്മിലുള്ള വ്യത്യാസമാണ്.

എന്താണ് ഒരു തന്മാത്രയുടെ ഊർജ്ജ ഉള്ളടക്കം അഥവാ ആന്തരിക ഊർജ്ജം? രാസപ്രവർത്തനം നടക്കുമ്പോൾ ഇതിന് എങ്ങനെയാണ് മാറ്റം സംഭവിക്കുന്നത്? തന്മാത്രയിൽ ഒന്നോ അതിലേറെയോ രാസബന്ധങ്ങളുണ്ടാകാം (ഏകാണു തന്മാത്ര ഒഴികെ). ഓരോ ബന്ധത്തിനും അതിന്റെ സവിശേഷമായ

ബന്ധ ഊർജ്ജമുണ്ടെന്ന് നാം കണ്ടിരുന്നു. അപ്പോൾ ഒരു തന്മാത്രയിലെ മുഴുവൻ രാസബന്ധങ്ങളുടെയും ബന്ധ ഊർജ്ജങ്ങൾ കൂട്ടിയെടുത്താൽ കിട്ടുന്നത് ആ തന്മാത്രയുടെ ആന്തരിക ഊർജ്ജമായിരിക്കും. രാസപ്രവർത്തനം നടക്കുമ്പോൾ പുതിയ തന്മാത്രകളുണ്ടാകുന്നുണ്ട്. പഴയവ ഇല്ലാതാവുകയും ചെയ്യും. അപ്പോൾ ചില രാസബന്ധങ്ങൾ മുറിഞ്ഞുപോവുകയും മറ്റു ചിലവ ഉണ്ടാവുകയും ചെയ്യും. രാസബന്ധങ്ങളെ മുറിച്ചുകളയുന്നതിന് ഊർജ്ജം ചെലവാക്കണമെന്ന് നാം കണ്ടു കഴിഞ്ഞു. ബന്ധങ്ങളുണ്ടാകുമ്പോഴാകട്ടെ ഊർജ്ജം പുറത്തു വിടുകയും ചെയ്യും. അപ്പോൾ പുതിയ രാസബന്ധങ്ങളുണ്ടാകുമ്പോൾ മുക്തമാകുന്ന ഊർജ്ജവും ബന്ധങ്ങൾ മുറിയുമ്പോൾ അവശോഷിക്കുന്ന ഊർജ്ജവും തമ്മിലുള്ള ബാലൻസാണ് രാസപ്രവർത്തനത്തിൽ മിച്ചമായി കിട്ടുന്ന ഊർജ്ജം. മുക്തമാകുന്ന ഊർജ്ജം അവശോഷിക്കുന്നതിനേക്കാൾ കൂടുതലെങ്കിൽ രാസപ്രവർത്തനം ഊർജ്ജമോചകമാണ്. അല്ലെങ്കിൽ ഊർജ്ജശോഷകവും. തന്മാത്രകളുടെ ഘടനയും രാസബന്ധങ്ങളുടെ ബന്ധ ഊർജ്ജങ്ങളുമറിയാമെങ്കിൽ രാസപ്രവർത്തനം ഊർജ്ജമോചകമാണോ അതോ ഊർജ്ജശോഷകമാണോ എന്നു കണക്കാക്കാൻ പറ്റും. പ്രതിപ്രവർത്തന എൻഥാൽപി എത്രയെന്നും (enthalpy of reaction) കണക്കാക്കാം. ഊർജ്ജം മിക്കവാറും താപമായാണ് ലഭ്യമാകുന്നത് എന്നതുകൊണ്ട് പ്രതിപ്രവർത്തനം താപം (heat of reaction) എന്നാണ് പൊതുവിൽ പറഞ്ഞുവരുന്നത്. ഒരുമോൾ രാസബന്ധമുണ്ടാകുമ്പോഴത്തെ ഊർജ്ജമാറ്റമാണ് ബന്ധ ഊർജ്ജമായി കണക്കാക്കിയിട്ടുള്ളത്. അതുകൊണ്ട് പ്രതിപ്രവർത്തനതാപവും മോൾ അളവിൽ ആണ് കണക്കാക്കുക.

ഏതാനും ബന്ധ ഊർജ്ജങ്ങൾ പട്ടിക 4 ൽ കൊടുത്തിരിക്കുന്നു. ഒരു മോൾ ബന്ധം വിഘടിക്കുമ്പോൾ ഉണ്ടാകുന്ന എൻഥാൽപി മാറ്റം എന്ന നിലയിലാണ് ഇതു കണക്കാക്കിയിട്ടുള്ളത്.

പട്ടിക 4

ബന്ധ ഊർജ്ജങ്ങൾ (298 K)

രാസബന്ധം	-△H കി ജൂൾ/മോൾ
H-H	436
C - C	348
C = C	612
N-N	163
O-O	146
O=O	496
U-I	242
C-H	412
N-H	388
O-H	463
Cl-H	431
C-O	360
C=O	743

ആറ്റോമിക ഓർബിറ്റലുകളുടെ അതിവ്യാപനം വഴിയാണ് രാസബന്ധങ്ങളുണ്ടാകുന്നതെന്നു നാം കണ്ടു. രണ്ട് അണുക്കൾ തമ്മിൽ ഒരു ജോഡി ഇലക്ട്രോണുകൾ അതിവ്യാപനം വഴി ഇലക്ട്രോൺ പങ്കുവെച്ച് ഒരു സഹ സംയോജന ബന്ധമുണ്ടാക്കിയശേഷം രണ്ടാമതൊരു ജോഡി ഇലക്ട്രോണുകൾ കൂടി അതിവ്യാപനം നടത്തുമ്പോൾ രണ്ടാമതൊരു ബന്ധംകൂടിയുണ്ടാകുന്നു. ഇതിന്റെ ഫലമായി ന്യൂക്ലിയസുകൾ കൂറേക്കൂടി കൂടുതൽ അടുത്തുവരുന്നു. ബന്ധ നീളം കുറയുന്നു. ബന്ധങ്ങൾ കൂടുതൽ ദൃഢമാവുകയും ബന്ധ ഊർജ്ജം കൂടുകയും ചെയ്യും. അതായത് രണ്ട് ആറ്റങ്ങൾക്കിടയിലുള്ള ദ്വിബന്ധ

(double bond)ത്തിന് ഏകബന്ധ (Single bond)ത്തേക്കാൾ ബന്ധ നീളം കുറവും ബന്ധ ഊർജ്ജം കൂടുതലും ആയിരിക്കും. ത്രി ബന്ധത്തിന്റെ കാര്യത്തിൽ ബന്ധ നീളം വീണ്ടും കുറയുകയും ബന്ധ ഊർജ്ജം വർദ്ധിക്കുകയും ചെയ്യും. ഏതാനും ബഹുബന്ധങ്ങളുടെ ബന്ധ നീളവും ബന്ധ ഊർജ്ജവും പട്ടിക 5 ൽ നല്കിയിരിക്കുന്നു.

പട്ടിക 5

ബഹുബന്ധങ്ങളുടെ ബന്ധനീളങ്ങളുടെയും ബന്ധ ഊർജ്ജങ്ങളുടെയും താരതമ്യം.

ബന്ധം	ബന്ധനീളം (നാനോമീറ്റർ)	ബന്ധ ഊർജ്ജം (-കി. ജൂൾ/ മോൾ)
C—C	0.154	348
C═C	0.134	612
C≡C	0.120	837
N—N	0.146	163
N═N	0.120	409
N≡N	0.110	944
O—O	0.132	146
O═O	0.121	496
C—O	0.143	360
C═O	0.122	743

ശുദ്ധ ആറ്റോമിക ഓർബിറ്റലുകൾക്കു പകരം പലപ്പോഴും സങ്കര ഓർബിറ്റലുകളാണ് അതിവ്യാപനം നടത്തുക എന്ന് ലിനസ് പോളിങ് കണ്ടെത്തിയിരുന്നു. ആറ്റോമിക ഓർബിറ്റലുകളുടെ ജ്യാമിതീയ ഘടനയാണ് തന്മാത്രയുടെ ജ്യാമിതീയ ഘടനയെ നിർണ്ണയിക്കുന്നത്.

7

രാസപ്രവർത്തനങ്ങളിലെ ഊർജ്ജമാറ്റം

രാസബന്ധങ്ങളുടെ വിഘടനവും രൂപീകരണവുമാണ് ഒരു രാസപ്രവർത്തനത്തിലെ ഊർജ്ജമാറ്റത്തിനു കാരണമെന്നു നാം കണ്ടു. ഉല്പന്ന തന്മാത്രകളുടെയും അഭികാരക തന്മാത്രകളുടെയും ആന്തരിക ഊർജ്ജങ്ങളുടെ വ്യത്യാസമാണ് മുക്തമാവുകയോ അവശോഷിക്കപ്പെടുകയോ ചെയ്യുന്ന ഊർജ്ജം. രാസപ്രവർത്തനത്തിൽ ഏർപ്പെടുന്ന തന്മാത്രകളുടെ സംഭവന ഊർജ്ജ മൂല്യങ്ങളിൽനിന്ന് (heat of formation) പ്രതിപ്രവർത്തനത്തിലെ ഊർജ്ജമാറ്റം കണക്കാക്കാൻ കഴിയും. പ്രതിപ്രവർത്തനത്തിലേർപ്പെടുന്ന പദാർത്ഥങ്ങളുടെ അളവിനനുസരിച്ചായിരിക്കും പ്രതിപ്രവർത്തന ഊർജ്ജം. മുൻപ് കണ്ടതുപോലെ ഭാരത്തെ അടിസ്ഥാനമാക്കിയല്ല മോളിനെ അടിസ്ഥാനമാക്കിയാണ് ഈ കണക്കാക്കലുകൾ നടത്തുന്നത്. നിശ്ചിതമായ താപനിലയിലും മർദ്ദത്തിലും കണക്കാക്കിയതോ നിർണ്ണയിച്ചതോ ആയ പ്രതിപ്രവർത്തന എൻഥാൽപികൾ (Enthalpy of reaction) ആണ് താരതമ്യം ചെയ്യുന്നത്. ഇതിന് തെരഞ്ഞെടുത്തിട്ടുള്ള പ്രമാണ താപനില 25^{0}C (298K)യും മർദ്ദം 760 മി മീ (അന്തരീക്ഷമർദ്ദം) ഉം ആണ്.

$C(s) + O_2(g) \rightarrow CO_2(g)$, $\Delta H = - 393.5$ കി ജൂൾ/മോൾ

എന്ന സമീകരണത്തിൽ കാണിക്കുന്ന തരത്തിലുള്ള പ്രതിപ്രവർത്തനത്തിന്റെ എൻഥാൽപി 393.5 കി ജൂൾ ആണ്. അഭികാരകങ്ങളുടെയും ഉല്പന്നങ്ങളുടെയും അവസ്ഥയും (ഖരം, ദ്രാവകം, വാതകം എന്നിവ) പ്രധാനമാണ്.

സംയുക്തങ്ങളുടെ സംഭവന ഊർജ്ജം കണക്കാക്കണമെങ്കിൽ ആദ്യം മൂലകങ്ങളുടെ സംഭവന ഊർജ്ജം കണക്കാക്കണം. പ്രമാണ താപനിലയിലും മർദ്ദത്തിലും (298 K, അന്തരീക്ഷം) ഇത് പൂജ്യം എന്ന് നിശ്ചയിച്ചിരിക്കുകയാണ്. ഒന്നിലേറെ അപരരൂപങ്ങളുള്ള മൂലകങ്ങളുടെ കാര്യത്തിൽ ഏറ്റവും സ്ഥിരമായ അപര രൂപ (allotrope)ത്തിന്റെ സംഭവന ഊർജ്ജം പൂജ്യം എന്നാണ് നിശ്ചയിച്ചിട്ടുള്ളത്. കാർബണിന്റെ കാര്യത്തിൽ ഗ്രാഫൈറ്റിന്റെ സംഭാവന ഊർജ്ജമാണ് പൂജ്യമായി നിശ്ചയിക്കപ്പെട്ടിട്ടുള്ളത്. സംഭവന എൻഥാൽപി (ഊർജ്ജം) ΔHf എന്നാണ് രേഖപ്പെടുത്താറ്. ഉദാ: $\Delta Hf[H_2g] = 0$, $\Delta Hf [Cgr] = 0$ കി ജൂൾ എന്നിങ്ങനെ

ഒരു സംയുക്തത്തിന്റെ സംഭവന എൻഥാൽപി താഴെപ്പറയുന്ന രീതിയിലാണ് നിർവ്വചിക്കപ്പെട്ടിട്ടുള്ളത്. “പ്രമാണ അവസ്ഥയിലുള്ള മൂലകങ്ങളിൽനിന്ന് ഒരു മോൾ സംയുക്തം രൂപപ്പെടുമ്പോൾ ഉണ്ടാകുന്ന എൻഥാൽപി മാറ്റമാണ് സംയുക്തത്തിന്റെ സംഭവന എൻഥാൽപി.”

കാർബൺ ഡൈ ഓക്സൈഡിന്റെ സംഭവന എൻഥാൽപി

C(ഗ്രാഫൈറ്റ്) + $O_2(g) \rightarrow CO_2(g)$ എന്ന രാസപ്രവർത്തനത്തിലെ ΔH ആണ് ഇത്– 394 കി ജൂൾ/മോൾ ആണ്. അതായത് കാർബൺ ഡൈ ഓക്സൈഡിന്റെ സംഭാവന (ഊർജ്ജം) എൻഥാൽപി

$\Delta Hf = -394$ കി. ജൂൾ/മോൾ.

ഏതാനും സംയുക്തങ്ങളുടെ സംഭവന എൻഥാൽപി പട്ടിക 6 ൽ നല്കിയിട്ടുള്ളത് കാണുക.

പട്ടിക 6 **സംയുക്തങ്ങളുടെ സംഭവന എൻഥാൽപി** സംയുക്തം സംഭവന എൻഥാൽപി $\triangle$Hf കി ജൂൾ/മോൾ
CO_2(g) - 394
HCl (g) - 92.3
H_2O(g) - 242
H_2O_2(g) - 133
KCl(s) - 436
NaCl(s) - 411
NaOH(s) - 427
SO_2(g) - 297
CH_4(g) - 74.9
C_2H_4(g) - 52.3
CH_3OH(l) - 201
C_2H_5OH(l) - 278
NH_3(g) - 46.2
NO_2(g) - 33.9

സംഭവന എൻഥാൽപി മൂല്യങ്ങളിൽനിന്ന് ഏത് പ്രതിപ്രവർത്തനത്തിന്റെയും എൻഥാൽപി മാറ്റം കണക്കാക്കിയെടുക്കാവുന്നതാണ്.

പരീക്ഷണപരമായി ഏറ്റവും കൂടുതൽ നിർണ്ണയങ്ങൾ നടന്നിട്ടുള്ളത് ദഹന എൻഥാൽപി (Enthalpy of combustion)

സംബന്ധിച്ചാണ്. ഒരു മോൾ സംയുക്തം (പ്രമാണാവസ്ഥയിൽ) പൂർണ്ണമായും ദഹിക്കുമ്പോഴുണ്ടാകുന്ന എൻഥാൽപി മാറ്റമാണിത്. ദഹന എൻഥാൽപി മൂല്യങ്ങളും സംഭവന എൻഥാൽപി മൂല്യങ്ങളുമുപയോഗിച്ച് രാസമാറ്റങ്ങളുടെയും അവസ്ഥാ മാറ്റങ്ങളുടെയും എൻഥാൽപി മാറ്റം കണക്കാക്കാൻ കഴിയും. ഒരു രാസപ്രവർത്തനം നടക്കാനുള്ള സാദ്ധ്യതയും സംയുക്തത്തിന്റെ സ്ഥിരതയും നിർണ്ണയിക്കുന്നതിൽ ഈ കണക്കാക്കലുകൾ വളരെ പ്രധാനമാണ്.

വൈദ്യുത ഊർജ്ജം:

രാസപ്രവർത്തനങ്ങളിലെ ഊർജ്ജമാറ്റം താപോർജ്ജമായി മാത്രമല്ല വൈദ്യുത ഊർജ്ജമായും സംഭവിക്കാറുണ്ട്. വൈദ്യുത ഊർജ്ജം ഉപയോഗിച്ച് നടക്കുന്ന രാസവിഘടനങ്ങളാണ് ആദ്യം പഠനവിഷയമായത്. ഈ മേഖലയിൽ ചിട്ടയായ പഠനം ആരംഭിച്ചത് മൈക്കൽ ഫാരഡെ (Michacl Faraday)യുടെ നിയമങ്ങൾക്കു ശേഷമാണ് (1832-33). ഫാരഡെ നിയമങ്ങൾ എന്നറിയപ്പെടുന്ന രണ്ടു നിയമങ്ങൾ അദ്ദേഹത്തിന്റേതായുണ്ട്. ഒന്നാം നിയമം പ്രസ്താവിക്കുന്നത്. "വൈദ്യുതി പ്രവാഹം മൂലമുണ്ടാകുന്ന രാസവിഘടനത്തിന്റെ അളവ് ഇലക്ട്രോലൈറ്റിലൂടെ കടന്നുപോകുന്ന വൈദ്യുതിയുടെ അളവിന് ആനുപാതികമായിരിക്കും" എന്നാണ്.

$$H_2O\ (l) \rightarrow H_2(g) + {}^1/_2O_2(g)$$

ജലത്തിന്റെ വൈദ്യുതവിശ്ലേഷണത്തിൽ H-O ബന്ധങ്ങൾ മുറിയുന്നത് വൈദ്യുത ഊർജ്ജം ഉപയോഗപ്പെടുത്തിയാണ്.

ഇതിന്റെ നേർ വിപരീതമാണ് വൈദ്യുത സെല്ലുകളിലും ബാറ്ററികളിലും നടക്കുന്നത്. രാസപ്രവർത്തനത്തിൽ മുക്തമാകുന്ന രാസ ഊർജ്ജം വൈദ്യുത ഊർജ്ജമായി, വൈദ്യുതി പ്രവാഹമായി മാറുന്നു.

ഡാനിയൽ സെൽ ഉദാഹരണമായെടുക്കാം. കോപ്പർ സൾഫേറ്റ് ലായനിയിൽ മുക്കിവെച്ച കോപ്പർ ദണ്ഡും സിങ്ക്സൾഫേറ്റ് ലായനിയിൽ മുക്കിവെച്ച സിങ്ക് ദണ്ഡും വൈദ്യുതീയമായി ബന്ധിപ്പിക്കുകയാണിവിടെ. സെല്ലിൽ നടക്കുന്ന രാസപ്രവർത്തനം

$Zn + Cu^{2+} \rightarrow Cu + Zn^{2+}$

സിങ്ക് കോപ്പറിനെ വിസ്ഥാപനം ചെയ്യുന്നതാണ്. ഈ രാസ പ്രക്രിയയിൽ കൈമാറ്റം ചെയ്യുന്ന ഇലക്ട്രോണുകൾ = 2

സെല്ലിന്റെ ഇ എം എഫ് = E

ഒരു മോൾ ഇലക്ട്രോണുകളുമായി ബന്ധപ്പെട്ട് രാസപ്രവർത്തനത്തിൽ ഉപയോഗിക്കപ്പെടുന്ന അഥവാ ഉല്പാദിപ്പിക്കപ്പെടുന്ന വൈദ്യുതിയുടെ അളവാണ് ഒരു ഫാരഡെ.

വിദ്യുത് രാസപ്രവർത്തനത്തിലെ എൻഥാൽപി മാറ്റം

$$\triangle H = -nFE$$ (ജൂൾ)

F = ഫാരഡെ (96500 കൂളും)

ഇതേ രാസപ്രവർത്തനം കോപ്പർ സൾഫേറ്റ് ലായനിയിൽ സിങ്ക് ചേർത്ത് നടത്തുമ്പോൾ മോചിപ്പിക്കപ്പെടുന്ന ഊർജ്ജം താപീയമായി നിർണ്ണയിച്ചിട്ടുമുണ്ട്. ഇവ തമ്മിൽ ഉള്ള യോജിപ്പ് രണ്ട് ഊർജ്ജങ്ങളും സമമാണെന്ന അനുമാനത്തിനിടയാക്കി. എന്നാൽ രണ്ടു ഊർജ്ജ മൂല്യങ്ങളും തമ്മിൽ ചെറിയ വ്യത്യാസമുണ്ടായിരുന്നതിന് ഗിബ്സും (Gibits) ഹെൽമ് ഹോൾട്ട്സും (Helmholtz) വെവ്വേറെ നടത്തിയ പഠനങ്ങൾ വിശദീകരണം നല്കിയിട്ടുണ്ട്. ഇതിന്റെ അടിസ്ഥാനത്തിൽ വൈദ്യുത ഊർജ്ജത്തിന്റെ കാര്യത്തിൽ എൻഥാൽപിമാറ്റം എന്നത് സ്വതന്ത്ര ഊർജ്ജമാറ്റം എന്ന് പരിഷ്കരിക്കപ്പെട്ടു.

$\triangle G = -nFE$ ജൂൾ

(എൻട്രോപ്പിമാറ്റം കൂടി കണക്കിലെടുത്ത് സ്വതന്ത്ര ഊർജ്ജമാറ്റം കൂടുതൽ പ്രധാനമായി).

പ്രകാശ ഊർജ്ജം

പ്രകാശ രൂപത്തിലുള്ള ഊർജ്ജം അവശോഷിച്ചും രാസപ്രവർത്തനങ്ങൾ നടക്കുന്നുണ്ട്. ഇവ പ്രകാശരാസപ്രവർത്തനങ്ങൾ (Photo Chemical reactions) എന്ന് അറിയപ്പെടുന്നു. പ്രകാശ ഊർജ്ജം അവശോഷിച്ചു നടക്കുന്ന രാസപ്രവർത്തനത്തിന്റെ ഏവർക്കും പരിചിതമായ ഉദാഹരണമാണ് പ്രകാശസംശ്ലേഷണം (Photosynthesis). സൂര്യപ്രകാശത്തിന്റെ സാന്നിദ്ധ്യത്തിൽ ഹൈഡ്രജനും ക്ലോറിനും ചേർന്ന് ഹൈഡ്രജൻ ക്ലോറൈഡുണ്ടാകുന്നത് മറ്റൊരുദാഹരണമാണ്. സിൽവർ

ഹാലൈഡുകൾ പ്രകാശ ഊർജ്ജം അവശോഷിച്ച് വിഘടിക്കുന്നു. ഇത്തരം പ്രകാശ രാസപ്രവർത്തനങ്ങൾ പഠിച്ചതിന്റെ അടിസ്ഥാനത്തിലാണ് ഐൻസ്റ്റീനും (Einstein) സ്റ്റാർക്കും (Stark) പ്രകാശ രാസതുല്യാങ്ക നിയമം ആവിഷ്കരിച്ചത്. പ്രകാശ രാസപ്രവർത്തനത്തിൽ അവശോഷിക്കപ്പെടുന്ന ഓരോ ഫോട്ടോണിനും (Photon) ഒരു തന്മാത്ര വീതം വിഘടിക്കുന്നു എന്നതാണ് ഈ നിയമം. ഒരു തന്മാത്ര വിഘടിക്കുന്നതിന് ഒരു ഫോട്ടോൺ ആവശ്യമെങ്കിൽ ഒരു മോൾ പദാർത്ഥം വിഘടിക്കുന്നതിന് അവോഗാഡ്രോ സംഖ്യ (മോൾ) ഫോട്ടോണുകൾ വേണ്ടി വരും. ഒരു മോൾ ഫോട്ടോണുകളുടെ ഊർജ്ജത്തെ ഒരു ഐൻസ്റ്റീൻ എന്നാണ് അറിയപ്പെടുന്നത്.

$E = Nh\nu$

E = ഊർജ്ജം, N = അവോഗാഡ്രോ സ്ഥിരാങ്കം

h = പ്ലാങ്ക് സ്ഥിരാങ്കം

ν = പ്രകാശത്തിന്റെ തീവ്രത (frequency)

രാസപ്രവർത്തനം നടക്കുമ്പോൾ പ്രകാശ ഊർജ്ജം പുറത്തുവിടുന്ന അവസരങ്ങളുമുണ്ട്. രാസദീപ്തി (Chemiluminescence) എന്നാണ് ഈ പ്രതിഭാസം അറിയപ്പെടുന്നത്.

ഫോസ്ഫറസ് വായുവിൽ (ഓക്സിജൻ) കത്തുമ്പോൾ പ്രകാശം പുറത്തുവിടുന്നു. മഗ്നീഷ്യം ഓക്സിജനിൽ കത്തുമ്പോൾ താപത്തോടൊപ്പം പ്രകാശ ഊർജ്ജവും പുറത്തുവിടുന്നു. ഓസോൺ നൈട്രിക് ഓക്സൈഡിനെ ഓക്സീകരിച്ച് നൈട്രജൻ ഡൈ ഓക്സൈഡ് ആക്കുന്ന രാസപ്രവർത്തനത്തിലും പ്രകാശ ഊർജ്ജം പുറത്തുവിടുന്നുണ്ട്.

$NO + O_3 \rightarrow NO_2 + O_2$

വായുവിൽ നൈട്രിക് ഓക്സൈഡിന്റെ സാന്നിദ്ധ്യം അളക്കാൻ ഇതുപയോഗിക്കപ്പെടുന്നുണ്ട്.

ബോൺ-ഹാബർ ചക്രം:

ഒരു അയോണിക സംയുക്തം ക്രിസ്റ്റൽ ഘടന സ്വീകരിക്കുമ്പോൾ ക്രിസ്റ്റൽ ഘടനയിലെ ജാലിക ഊർജ്ജം കണക്കാക്കാനാണ് ബോൺ ഹാബർ ചക്രം (Born = Haber cycle) ആവിഷ്കരിച്ചത്. അയോണുകൾ ക്രിസ്റ്റൽ ജാലികയിൽ

(Lattic) ക്രമീകരിക്കപ്പെടുമ്പോൾ മുക്തമാകുന്ന ഊർജ്ജമാണ് ജാലിക ഊർജ്ജം. അയോണിക സംയുക്തങ്ങളുടെ സംഭവനം ഊർജ്ജപരമായി സാദ്ധ്യമാക്കുന്നതിൽ പ്രധാന പങ്ക് ജാലിക ഊർജ്ജത്തിനുണ്ട്. അയോണിക സംയുക്തങ്ങൾ (സഹസംയോജക സംയുക്തങ്ങളും) രൂപീകരിക്കപ്പെടുമ്പോൾ വാതകാവസ്ഥയിലുള്ള സ്വതന്ത്ര ആറ്റത്തിൽനിന്ന് ഇലക്ട്രോൺ നീക്കം ചെയ്യുന്നതായും വാതകാവസ്ഥയിലുള്ള സ്വതന്ത്ര ആറ്റത്തിലേക്ക് ഇലക്ട്രോൺ ചേർക്കുന്നതുമായാണ് കണക്കാക്കിയത്. എന്നാൽ വാസ്തവം ഇതല്ല. ലോഹമൂലകങ്ങളും അലോഹങ്ങളും മിക്കവാറും ഖരാവസ്ഥയിലാണ്. നിഷ്ക്രിയവാതകങ്ങളൊഴികെയുള്ള ഒരു വാതക മൂലകത്തിലും ആറ്റങ്ങൾ സ്വതന്ത്രമായി നിലനില്ക്കുന്നില്ല. ദ്വിഅണുക തന്മാത്രയായാണ് അവ നിലനില്ക്കുന്നത്. മൂലകങ്ങളെ അവയുടെ സ്ഥിരതയുള്ള അവസ്ഥ (പ്രമാണ അവസ്ഥ)യിൽനിന്ന് വാതക അവസ്ഥയിലും അറ്റോമിക അവസ്ഥയിലും എത്തിച്ചശേഷം വേണം രാസസംയോജനം സാദ്ധ്യമാക്കാൻ. ഇതിന് ഊർജ്ജം ചെലവഴിക്കേണ്ടതുണ്ട്. ഒരു സംയുക്തമുണ്ടാക്കുന്നതിന് ഇതുപോലെ പല ഘട്ടങ്ങളുണ്ട്. ചിലതിൽ ഊർജ്ജം പുറത്തുവിടും. ചിലതിൽ ഊർജ്ജം അവശോഷിക്കും. ഇവ എല്ലാം കൂട്ടിക്കിഴിച്ച് മൊത്തത്തിൽ ഊർജ്ജമോചകമാണോ ഊർജ്ജശോഷമാണോ എന്നു നോക്കിവേണം രാസസംയുക്തത്തിന്റെ സംഭവനം സാദ്ധ്യമാണോ എന്ന് വിലയിരുത്താൻ.

സോഡിയം ക്ലോറൈഡിന്റെ കാര്യം പരിശോധിക്കാം. വിവിധ ഘട്ടങ്ങളും ഓരോ ഘട്ടങ്ങളിലുമുള്ള എൻഥാൽപി മാറ്റങ്ങളും പരിശോധിക്കാം.

$$Na(s) \xrightarrow[A_1]{} Na(g) \xrightarrow{I} Na^{+}(g) + e$$

$$\xrightarrow{U} Na^{+}Cl^{-}_{2}(s)$$

$$1/_{2}\ Cl_2(g) \xrightarrow[A_2]{} Cl(g) + e \xrightarrow{E} Cl^{-}(g)$$

ഘട്ടം 1. ഖരാവസ്ഥയിലുള്ള സോഡിയം ക്രിസ്റ്റലിൽ നിന്ന് സോഡിയം ആറ്റത്തെ വാതക അവസ്ഥയിൽ എത്തിക്കണം.

$Na(s) \xrightarrow{A} Na(g)$ $\Delta H = 108.3$ കി. ജൂൾ/മോൾ

ഇത് സോഡിയത്തിന്റെ ആറ്റോമീകരണ ഊർജ്ജമാണ്.

ഘട്ടം 2. സോഡിയം ആറ്റത്തിൽനിന്ന് ഒരു ഇലക്ട്രോൺ നീക്കം ചെയ്ത് സോഡിയം അയോൺ ആക്കണം

$$Na\,(g) \xrightarrow{I} Na^{+}(g) + e$$

$\Delta H = 500$ കി. ജൂൾ/മോൾ

ഇത് സോഡിയത്തിന്റെ അയോണീകരണ ഊർജ്ജം.

ഘട്ടം 3. ക്ലോറിൻ തന്മാത്രയെ ക്ലോറിൻ ആറ്റമാക്കണം.

$1/2\ Cl_2\,(g) \xrightarrow[A_2]{} Cl(g)$ $\Delta H = 121.1$ കി. ജൂൾ/മോൾ.

ഇത് ക്ലോറിന്റെ ആറ്റോമീകരണ ഊർജ്ജം.

ഘട്ടം 4. ക്ലോറിൻ ആറ്റത്തിലേക്ക് ഒരു ഇലക്ട്രോൺ ചേർത്ത് ക്ലോറൈഡ് അയോൺ ആക്കുന്നു.

$Cl(g) + e \xrightarrow{E} Cl^{-}\,(g)$

$\Delta H = -346$ കി. ജൂൾ/ മോൾ

ഘട്ടം 5. സോഡിയം അയോണും ക്ലോറൈഡ് അയോണും ചേർന്ന് സോഡിയം ക്ലോറൈഡ് ക്രിസ്റ്റലുണ്ടാകുന്നു.

$$Na^{+}(g) + Cl^{-}(g) \xrightarrow{U} Na^{+}Cl^{-}$$

$\Delta H = -\ 776.4$ കി ജൂൾ/മോൾ.

ഇത് സോഡിയം ക്ലോറൈഡിന്റെ ജാലികോർജ്ജം

എല്ലാ ഘട്ടങ്ങളും കൂട്ടിച്ചേർത്താൽ

$Na\,(g) + 1/_2Cl_2(g) \rightarrow Na^{+}Cl^{-}$

$\Delta Hf = ?$

എന്ന സരളമായ ഒരു സമീകരണം കിട്ടും. ഈ സമീകരണത്തിലെ ΔHf ആണ്. സോഡിയം ക്ലോറൈഡിന്റെ സംഭവന ഊർജ്ജം

$\triangle Hf = A_1 + I + A_2 + E + U$
$= 108.3+500+121.1 - 346-776.4$
=-411 കി ജൂൾ /മോൾ

സംഭവന ഊർജ്ജം ($\triangle Hf$) ഋണമാണ്. അതായത് സംയുക്തത്തിന്റെ എൻഥാൽപി മൂലകങ്ങളുടേതിനേക്കാൾ കുറവാണ്. സംയുക്തം മൂലകങ്ങളേക്കാൾ ഊർജ്ജപരമായി സ്ഥിരമാണ്.

ഒരു സംയുക്തത്തിന്റെ സംഭവനത്തിലേക്കു നയിക്കുന്ന വിവിധ ഘട്ടങ്ങൾ ഏതെല്ലാമെന്നു കണ്ടെത്തി പൂർണ്ണമായ ഒരു ചാക്രിക പ്രക്രിയ ഏതു സംയുക്തത്തിന്റെ കാര്യത്തിലും തയ്യാറാക്കാവുന്നതാണ്. ഇതിനെ അടിസ്ഥാനമാക്കി സംയുക്തത്തിന്റെ സംഭവന സാദ്ധ്യതയും സ്ഥിരതയും കണക്കാക്കാവുന്നതുമാണ്.

8

പ്രതിപ്രവർത്തന വേഗം

അതിവേഗം നടക്കുന്ന രാസപ്രവർത്തനങ്ങളും വളരെ പതുക്കെ നടക്കുന്ന രാസപ്രവർത്തനങ്ങളുമുണ്ടെന്നു നമുക്കറിയാം. ഏതെല്ലാം ഘടകങ്ങളാണ് രാസപ്രവർത്തനത്തിന്റെ വേഗത നിർണ്ണയിക്കുക? എന്താണ് ഒരു രാസപ്രവർത്തനത്തിന്റെ വേഗം? ഏതെല്ലാം തരം രാസപ്രവർത്തനങ്ങളാണുള്ളത്? ഏതു രീതിയിലാണ് ഇവ നടക്കുന്നത്? വേഗം കൂട്ടാനോ കുറയ്ക്കാനോ പറ്റുമോ? തുടങ്ങി രാസപ്രവർത്തനവേഗവുമായി ബന്ധപ്പെട്ടുള്ള ചോദ്യങ്ങൾക്ക് ഉത്തരം നല്കുന്ന രസതന്ത്രഭാഗമാണ് രാസഗതികം (Chemical Kinetics).

ഒരു രാസപ്രവർത്തനത്തിന്റെ നിരക്ക് അഭികാരകങ്ങളെയോ ഉല്പന്നങ്ങളെയോ അടിസ്ഥാനമാക്കി നിർണ്ണയിക്കാവുന്നതാണ്. ഒരു നിശ്ചിത സമയത്തിനുള്ളിൽ സെക്കന്റ് ഒരു അഭികാരകത്തിന്റെ അളവിൽ വരുന്ന കുറവ് (-dc/dt) ആണ് പ്രതിപ്രവർത്തനനിരക്ക്. ഇവിടെ അളവ് മോൾ/ലിറ്റർ അഥവാ മോൾ/സി സി ആണ്. അളവിൽ കുറവു വരുന്നതുകൊണ്ടാണ് (-) ചിഹ്നം നല്കിയിരിക്കുന്നത്.

ഏതെങ്കിലും ഉല്പന്നത്തിന്റെ അളവിൽ ഒരു നിശ്ചിത സമയത്തിൽ (സെക്കന്റ്) ഉണ്ടാകുന്ന വർദ്ധനയെയും പ്രതിപ്രവർത്തന നിരക്കായി (dx/dt) കണക്കാക്കാം.

ഗുൾഡ് ബർഗ്, വേഗ്

പ്രതിപ്രവർത്തനനിരക്കിന് അഭികാരകങ്ങളുടെ സാന്ദ്രത (അളവ്) യുമായി ബന്ധമുണ്ടെന്ന വസ്തുത ആദ്യം വെളിച്ചത്തു കൊണ്ടുവന്നത് ഗുൾഡ് ബർഗ് (Guld berg), വേഗ് (Wage) എന്നിവരാണ്.

"ഒരു രാസപദാർത്ഥം പ്രതിപ്രവർത്തിക്കുന്ന നിരക്ക് അതിന്റെ സാന്ദ്രതയ് (പദാർത്ഥ അളവ്)ക്ക് ആനുപാതികമാണ്." സക്രിയ ദ്രവ്യമാനം (active mass) എന്ന പദമാണ് ഇവർ ഉപയോഗിച്ചത് (1864). 1877 ൽ വാന്റ് ഹോഫ് താപഗതിക പശ്ചാത്തലത്തിൽ വീണ്ടും അവതരിപ്പിച്ചതോടെയാണ് ശാസ്ത്രലോകം ഇതംഗീകരിച്ചത്. ഏതായാലും ഒരു രാസപ്രവർത്തനത്തിന്റെ നിരക്ക് അതിൽ പങ്കെടുക്കുന്ന അഭികാരകങ്ങളുടെ അളവിന്റെ ഗുണനഫലത്തിന് ആനുപാതികമാണ് എന്നത് പൊതു അംഗീകാരം നേടി.

വാന്റ്ഹോഫിന്റെ താപഗതിക നിരീക്ഷണങ്ങളുടെ തുടർച്ചയായാണ് ആരീനിയസ് (Arrhenius) രാസപ്രവർത്തന നിരക്കും താപനിലയും തമ്മിലുള്ള ബന്ധം സംബന്ധിച്ച സമവാക്യം അവതരിപ്പിച്ചത്. താപനില വർദ്ധിക്കുന്നതനുസരിച്ച് പ്രതിപ്രവർത്തന നിരക്കിൽ വർദ്ധനവുണ്ടാകുന്നു. താപനിലയും അഭികാരകങ്ങളുടെ സാന്ദ്രതയുമാണ് പ്രതിപ്രവർത്തന നിരക്കു നിർണ്ണയിക്കുന്ന പ്രധാന ഘടകങ്ങളെന്ന് പരീക്ഷണങ്ങൾ വ്യക്തമാക്കുന്നുണ്ട്. സാന്ദ്രത (പദാർത്ഥ അളവ്) കൂടുന്നതനുസരിച്ച് പ്രതിപ്രവർത്തന നിരക്കും വർദ്ധിക്കുമെന്നത് എളുപ്പം മനസ്സിലാക്കാവുന്നതാണ്.

താപനിലയിലെ വർദ്ധന രാസപ്രവർത്തന നിരക്കിൽ വർദ്ധനവുണ്ടാക്കുന്നു എന്ന കണ്ടെത്തൽ പ്രതിപ്രവർത്തനങ്ങൾ നടക്കുന്നതെങ്ങനെയെന്ന് മനസ്സിലാക്കാൻ സഹായകമായിട്ടുണ്ട്. ഒരു നിശ്ചിത അളവിൽ കൂടുതൽ ഊർജ്ജം ഉള്ള തന്മാത്രകൾ മാത്രമേ വിഘടന വിധേയമാവുകയുള്ളൂ. തന്മാത്രയുടെ ആന്തരിക ഊർജ്ജം കമ്പനനിലയെ ഉയർത്തി രാസബന്ധത്തിന്റെ വിഘടനം സാദ്ധ്യമാക്കുന്നു. അപ്പോൾ താപനില വർദ്ധിച്ചാലോ? തന്മാത്രകളുടെ ഊർജ്ജം വർദ്ധിക്കും. നിശ്ചിത അളവിൽ കൂടുതൽ ഊർജ്ജമുള്ള തന്മാത്രകളുടെ എണ്ണം വർദ്ധിക്കുന്നു. അതുകൊണ്ട് കൂടുതൽ തന്മാത്രകളിലെ രാസബന്ധം വിഘടിക്കുകയും രാസപ്രവർത്തനനിരക്ക് വർദ്ധിക്കുകയും ചെയ്യും. രാസപ്രവർത്തനത്തിന്റെ പ്രവർത്തനവിധം വിശദമാക്കുന്ന നിരവധി സിദ്ധാന്തങ്ങൾ പിന്നീട് രൂപപ്പെട്ടിട്ടുണ്ട്.

രാസപ്രവർത്തന നിരക്ക് അഭികാരകത്തിന്റെ സാന്ദ്രതയ്ക്കനുസരിച്ചാണെന്നു നാം നേരത്തേ കണ്ടു. അപ്പോൾ ഒരു നിശ്ചിത അളവ് അഭികാരകം പ്രതിപ്രവർത്തന വിധേയമാക്കുമ്പോൾ സമയം കൂടുംതോറും പ്രതിപ്രവർത്തന നിരക്കു കുറയുമല്ലോ. അങ്ങനെ കുറഞ്ഞുകുറഞ്ഞ് അഭികാരകം പൂർണ്ണമായും ഇല്ലാതാകുമ്പോൾ പ്രതിപ്രവർത്തനം നിലയ്ക്കും. അഥവാ പ്രതിപ്രവർത്തനനിരക്ക് പൂജ്യമാകും. എന്നാൽ ചില രാസപ്രവർത്തങ്ങളിൽ ഇങ്ങനെ സംഭവിക്കാറില്ല. രാസപ്രവർത്തനം കുറേ മുന്നേറിക്കഴിയുമ്പോൾ ഉല്പന്നങ്ങൾ എതിർദിശയിൽ പ്രവർത്തിക്കാൻ തുടങ്ങും.

$$A + B \rightarrow C + D$$
$$C + D \rightarrow A + B$$

ഇത്തരം രാസപ്രവർത്തനങ്ങളാണ് ഉഭയദിശീയ രാസപ്രവർത്തനങ്ങൾ (Reversible reactions).

രസകരമായ ഒരു പരീക്ഷണം വഴി ഇത് വ്യക്തമാക്കാൻ കഴിയും.

ഫെറിക് ക്ലോറൈഡ് ലായനിയിൽ അമോണിയം തയോസയനേറ്റ് ലായനി ചേർത്താൽ ചോരച്ചുവപ്പു നിറമുള്ള ഫെറിക്തയോസയനേറ്റും അമോണിയം ക്ലോറൈഡും ഉണ്ടാകുന്നു.

$$FeCl_3 + 3NH_4CNS \rightarrow Fe(CNS)_3 + 3NH_4Cl$$

ഒരു ബീക്കറിൽ എടുത്ത ഫെറിക് ക്ലോറൈഡ് ലായനിയിലേക്ക് അമോണിയം തയോസയനേറ്റ് ചേർക്കുക. ചോരച്ചുവപ്പു നിറം കിട്ടും. ഇത്തരത്തിൽ കിട്ടുന്ന പ്രതിപ്രവർത്തനമിശ്രിതത്തെ നാലു ടെസ്റ്റ് ട്യൂബുകളിൽ (പകുതി വീതം) എടുക്കുക.

1. ഒന്നാമത്തെ ടെസ്റ്റ് ട്യൂബിലേക്ക് ഫെറിക് ക്ലോറൈഡ് ചേർക്കുക.
2. രണ്ടാമത്തെ ടെസ്റ്റ് ട്യൂബിലേക്ക് അമോണിയം തയോസയനേറ്റ് ചേർക്കുക.
3. മൂന്നാമത്തെ ടെസ്റ്റ് ട്യൂബിലേക്ക് അമോണിയം ക്ലോറൈഡ് ചേർക്കുക.
4. നാലാമത്തെ ടെസ്റ്റ് ട്യൂബ് നിറങ്ങളുടെ താരതമ്യത്തിനു വേണ്ടി സൂക്ഷിക്കുക.

ഒന്നാമത്തെ ടെസ്റ്റ് ട്യൂബിൽ ഫെറിക് ക്ലോറൈഡിന്റെ

അളവു കൂടുന്നതിനാൽ ചുവപ്പു നിറം വർദ്ധിക്കുന്നു.

രണ്ടാമത്തെ ടെസ്റ്റ് ട്യൂബിൽ അമോണിയം തയോസയനേറ്റിന്റെ അളവു വർദ്ധിക്കുന്നതിനാൽ ചുവപ്പു നിറം വർദ്ധിക്കുന്നു.

എന്നാൽ മൂന്നാമത്തെ ടെസ്റ്റ് ട്യൂബിൽ ചുവപ്പു നിറം കുറയുന്നു. നാം ചേർത്തത് അമോണിയം ക്ലോറൈഡാണ്. ഇതാകട്ടെ പ്രതിപ്രവർത്തനത്തിലെ ഉല്പന്നമാണ്. ഉല്പന്നങ്ങൾ എതിർദിശയിൽ പ്രവർത്തിക്കുന്നതുകൊണ്ടാണ്, ഉല്പന്നം ഉപയോഗിക്കപ്പെടുന്നതുകൊണ്ടാണ് ചുവപ്പു നിറം കുറയാനിടയായത്. ഇവിടെ പരിഗണിച്ചത് ഒരു ഉഭയ ദിശീയ പ്രതിപ്രവർത്തനമാണെന്നർത്ഥം. ഉഭയദിശീയ പ്രതിപ്രവർത്തനങ്ങളെ

$$A + B \leftrightarrows C + D$$

എന്നരീതിയിൽ രേഖപ്പെടുത്തുന്നു.

മുന്നാക്കപ്രവർത്തനത്തിന്റെ അതേ വേഗത്തിൽ പിന്നാക്ക പ്രവർത്തനം നടക്കുന്ന ഒരവസ്ഥ ഉഭയദിശീയ പ്രതിപ്രവർത്തനങ്ങളുടെ കാര്യത്തിൽ സംഭവിക്കും. അതായത്

മുന്നാക്കപ്രവർത്തന നിരക്ക് = പിന്നാക്ക പ്രവർത്തനനിരക്ക്.

ഈ അവസ്ഥയിൽ അഭികാരകങ്ങളുടെയും ഉല്പന്നങ്ങളുടെയും അളവ് മാറ്റമില്ലാതെ നിലനില്ക്കും. ഈ അവസ്ഥയെയാണ് സന്തുലനം എന്നു പറയുന്നത്. സന്തുലനത്തിന് നിരവധി സവിശേഷതകളുണ്ട്. നമ്മുടെ ദൈനംദിന ജീവിതവുമായി ബന്ധപ്പെട്ട നിരവധി രാസസന്തുലനങ്ങളുമുണ്ട്.

9

ഊർജ്ജപരമായ സ്ഥിരതയും രാസപരമായ സ്ഥിരതയും

രാസവസ്തുക്കളുടെ സ്ഥിരത പലപ്പോഴും ചർച്ചാ വിഷയമാകാറുണ്ട്. സ്ഥിരതകൂടിയവ സ്ഥിരതകുറഞ്ഞവ എന്നിങ്ങനെ രാസസംയുക്തങ്ങളെ വിശേഷിപ്പിക്കാറുണ്ട്. അതുപോലുള്ള മറ്റൊരു കാര്യമാണ് പദാർത്ഥങ്ങളുടെ ഊർജ്ജ ഉള്ളടക്കം സംബന്ധിച്ചുള്ളത്. ചില രാസസംയുക്തങ്ങൾ കൂടുതൽ ഊർജ്ജമുള്ളവയായി, ഊർജ്ജ ധനം (energy rich)- ആയി പരാമർശിക്കപ്പെടുന്നു. ഇന്ധനങ്ങളുടെയും ഭക്ഷ്യവസ്തുക്കളുടെയും കാര്യത്തിലാണ് ഇത്തരം പരാമർശങ്ങൾ സാധാരണ ഉണ്ടാകാറുള്ളത്. ചില രാസതന്മാത്രകൾ ഊർജ്ജശേഖരമാണെന്നും ഊർജ്ജകലവറയാണെന്നും വരെ പറയാറുണ്ട്. പദാർത്ഥത്തിന്റെ രാസസ്വഭാവങ്ങളെ നിർണ്ണയിക്കുന്നത് അതിലെ രാസബന്ധങ്ങളാണെന്നു നമുക്കറിയാം. അപ്പോൾ ബന്ധ ഊർജ്ജത്തിന് സ്ഥിരതയുമായി ബന്ധമുണ്ടായിരിക്കണം. അതുപോലെ തന്നെ ഒരു രാസപദാർത്ഥത്തിൽനിന്ന് കിട്ടാവുന്ന ഊർജ്ജത്തിനും അതിലെ രാസബന്ധങ്ങളും ബന്ധ ഊർജ്ജങ്ങളും ആയും ബന്ധമുണ്ടാകണം. ഇവ സംബന്ധിച്ച അറിവുകൾ സംയുക്തങ്ങളുടെ സംഭവന ഊർജ്ജങ്ങളിൽനിന്ന് ലഭ്യമാകും.

ഏറ്റവും കുറഞ്ഞ ഊർജ്ജ അവസ്ഥയിൽ നില്ക്കാനാണ്

ഏതുവസ്തുവും താല്പര്യപ്പെടുക. ചൂടുള്ള വസ്തുവിൽനിന്ന് തണുത്ത വസ്തുവിലേക്ക് താപം പ്രസരിക്കുന്നത്, ഉയർന്ന തലത്തിൽനിന്ന് വെള്ളം താഴോട്ടൊഴുകുന്നത് എന്നിങ്ങനെ നിരവധി ഉദാഹരണങ്ങൾ നമുക്കറിയാം. ഒരു ഐസ്ക്രീം കപ്പിൽ ഐസ്ക്രീമിനു മുകളിൽ വെച്ചിട്ടുള്ള ചെറിപ്പഴം നോക്കൂ. ഐസ്ക്രീം ഉരുകാതെ ഇരിക്കുവോളം ചെറിപ്പഴം മുകളിൽ തന്നെ ഇരിക്കും. ഐസ്ക്രീം ഉരുകി ദ്രാവകമാകുംതോറും ചെറിപ്പഴം താഴോട്ടിറങ്ങുന്നതു കാണാം. മുഴുവൻ ഐസ്ക്രീമും ഉരുകിക്കഴിഞ്ഞാൽ ചെറിപ്പഴത്തിന്റെ സ്ഥാനമെവിടെയായിരിക്കും? പാത്രത്തിന്റെ ഏറ്റവും അടിയിൽ. പാത്രത്തിന്റെ ഏറ്റവും കുറഞ്ഞ സ്ഥാനം എന്നതുകൊണ്ടാണിതെന്നും നമുക്കറിയാം. അതായത് ഏറ്റവും സ്ഥിരത കൂടിയ സ്ഥാനം.

ചിത്രം 3. ഐസ്ക്രീം കപ്പിലെ ചെറിപ്പഴം

ഐസ്ക്രീം ഉരുകാതിരിക്കുന്ന സമയത്ത് ചെറിപ്പഴം മുകൾഭാഗത്ത് തന്നെ “സ്ഥിര”മായി ഇരിക്കുമല്ലോ. ഉരുകാതെ സൂക്ഷിച്ചാൽ മതിയല്ലോ. അപ്പോൾ ഊർജ്ജം ഏറ്റവും കുറഞ്ഞ അവസ്ഥയിൽ എത്തുന്നതിനു മുൻപുള്ള അവസ്ഥകളിലും

"സ്ഥിരത" സാദ്ധ്യമാണ്. ഇത് ചുറ്റുപാടുകളെയും സാഹചര്യങ്ങളെയും ആശ്രയിച്ചിരിക്കുന്നു.

രാസസംയുക്തങ്ങളുടെ സ്ഥിരതയ്ക്കും ഇത് ബാധകമാണ്. കാർബണും ഓക്സിജനും തമ്മിൽ ഉണ്ടാകുന്ന രണ്ടു സംയുക്തങ്ങൾ പരിഗണിക്കാം.

CO ന്റെ സംഭവന ഊർജ്ജം = –111 കി. ജൂൾ/മോൾ

CO_2 ന്റെ സംഭവന ഊർജ്ജം = –394 കി. ജൂൾ/മോൾ

സംഭവന ഊർജ്ജം ഋണമായതുകൊണ്ട്, താപമോചകമായതുകൊണ്ട് രണ്ടു സംയുക്തങ്ങളും ഉണ്ടാകാനുള്ള സാദ്ധ്യതയുണ്ട്. ഏതു സംയുക്തം ഉണ്ടാകും എന്നു നിർണ്ണയിക്കുന്നത് ഓക്സിജന്റെ ലഭ്യതയാണ്. ഓക്സിജൻ അധികമെങ്കിൽ CO_2 ഉണ്ടാകും. ഓക്സിജൻ പരിമിതമാണെങ്കിൽ CO ഉണ്ടാകും. രണ്ടു സംയുക്തങ്ങളും രാസപരമായി "സ്ഥിര"മാണ്. CO_2 കൂടുതൽ സ്ഥിരമാണ് എന്നു വേണമെങ്കിൽ പറയാം.

ഒരു സംയുക്തം സ്ഥിരമെന്നു പറയുന്നത് അത് വിഘടനത്തിനെതിരെ സ്ഥിരത പ്രകടിപ്പിക്കുമ്പോഴാണ്. ആ അർത്ഥത്തിൽ ഊർജ്ജമോചക രീതിയിൽ (സംഭവന ഊർജ്ജം ഋണം) ഉണ്ടാകുന്ന സംയുക്തങ്ങളെല്ലാം രാസപരമായി സ്ഥിരമാണ്. സംഭവന ഊർജ്ജം ധനമെങ്കിൽ സംയുക്തം രാസപരമായി അസ്ഥിരമായിരിക്കും; മൂലകങ്ങളായി വിഘടിക്കും. ഇടിമിന്നലുണ്ടാകുമ്പോൾ നൈട്രജനും ഓക്സിജനും ചേർന്ന് (നൈട്രിക് ഓക്സൈഡു (NO)ണ്ടാകാറുണ്ട്.

$$N_2 + O_2 \rightarrow NO$$

ഇത് ഉടൻ തന്നെ വിഘടിച്ച് നൈട്രജനും ഓക്സിജനുമാകും.

NO യുടെ സംഭവന ഊർജ്ജം = 90.4 കി. ജൂൾ/മോൾ (വിഘടിക്കുന്നതിനു മുൻപ് അല്പം NO ഓക്സിജനുമായി ചേർന്ന് NO_2 ഉണ്ടാകാനുള്ള സാദ്ധ്യതയുണ്ട്.)

CO, CO_2 സംയുക്തങ്ങളെ നമുക്ക് മറ്റൊരു രീതിയിൽ പരിഗണിക്കാം.

$CO(g) + 1/_2\, O_2(g) \rightarrow CO_2(g)$

$\triangle H = -283$ കി.ജൂൾ/മോൾ

എന്ന സമീകരണമനുസരിച്ച് കാർബൺ മോണോക്സൈഡ് ഓക്സിജനുമായി ചേർന്ന് കാർബൺ ഡൈ ഓക്സൈഡുണ്ടാകുന്നു. ഇത് ഊർജ്ജമോചക പ്രക്രിയയാണ്. അപ്പോൾ കാർബൺ മോണോക്സൈഡും ഓക്സിജനും ചേർന്ന മിശ്രിതം ഉടൻതന്നെ കാർബൺ ഡൈ ഓക്സൈഡായി മാറേണ്ടതാണ്. പക്ഷേ, അങ്ങനെ സംഭവിക്കുന്നില്ല. കാർബൺ മോണോക്സൈഡും ഓക്സിജനും ചേർന്ന അഭികാരകമിശ്രിതത്തിന്റെ സംഭവന ഊർജ്ജങ്ങൾ ഉല്പന്നമായ കാർബൺ ഡൈ ഓക്സൈഡിന്റെ സംഭവന ഊർജ്ജത്തേക്കാൾ കൂടുതലാണെന്നു നാം കണ്ടു. അതായത് അഭികാരകങ്ങൾ ഉല്പന്നത്തോടു താരതമ്യം ചെയ്യുമ്പോൾ ഊർജ്ജപരമായി അസ്ഥിരമാണ്. പക്ഷേ, അവ രാസപരമായി സ്ഥിരമാണെന്നും നാം കണ്ടു. (എൻഥാൽപി മാറ്റത്തേക്കാൾ ($\triangle$H) സ്വതന്ത്ര ഊർജ്ജമാണ് പരിഗണിക്കേണ്ടത് ($\triangle$G). ഊർജ്ജപരം എന്നതിനേക്കാൾ താപഗതികപരം എന്നതാണ് ശരിയായ പദം).

കാർബൺ ഓക്സിജനിൽ കത്തി കാർബൺ ഡൈ ഓക്സൈഡാവുന്നതും പാചകവാതകം, പെട്രോൾ, ഡീസൽ എന്നീ ഇന്ധനങ്ങൾ ഓക്സിജനിൽ കത്തുന്നതിനും എല്ലാം നേരത്തേ പറഞ്ഞ വസ്തുതകൾ ബാധകമാണ്. ഇന്ധനങ്ങളും മറ്റുപദാർത്ഥങ്ങളും ഓക്സിജനിൽ കത്തുന്ന (ഓക്സീകരിക്കപ്പെടുന്ന) പ്രക്രിയയാണ് ദഹനം - ഈ പ്രക്രിയയിൽ മുക്തമാകുന്ന ഊർജ്ജം ദഹന ഊർജ്ജം എന്നാണ് അറിയപ്പെടുന്നത് (enthalpy of combustion). ദഹനപ്രക്രിയകളിൽ എൻഥാൽപി മാറ്റം ($\triangle$H) ഋണമായതിനാൽ ഊർജ്ജപരമായി നോക്കിയാൽ സ്വതപ്രവർത്തിതമായി നടക്കേണ്ട രാസപ്രവർത്തനമാണ് ദഹനം. പക്ഷേ, നടക്കുന്നില്ല. അതുകൊണ്ട് നടക്കാൻ സാദ്ധ്യതയുണ്ട് എന്നു മാത്രമല്ലേ നമുക്കു പറയാനാകൂ. നടന്നാൽ ഊർജ്ജം മോചിപ്പിക്കുമെന്നും അറിയാം. എല്ലാ ദഹനഎൻഥാൽപികളും ഋണമാണ് ($\triangle$H=ive) ദഹന എൻഥാൽപി മൂല്യങ്ങൾ വളരെയേറെ പ്രയോജനപ്രദമാണ്. ഒരു ഇന്ധനത്തിന്റെ ഇന്ധനമൂല്യം കണക്കാക്കുന്നത് ദഹന എൻഥാൽപിയെ അടിസ്ഥാനമാക്കിയാണ് അതുപോലെയാണ്

ഭക്ഷ്യവസ്തുക്കളുടെ കലോറി മൂല്യം കണക്കാക്കുന്നതും. പട്ടിക 7 ൽ ഏതാനും ദഹന എൻഥാൽപികൾ നല്കിയിരിക്കുന്നു.

പട്ടിക 7
ചില എൻഥാൽപി മൂല്യങ്ങൾ

പദാർത്ഥം	രാസസൂത്രം	ദഹന എൻഥാൽപി (-കി. ജൂൾ/മോൾ)
ഹൈഡ്രജൻ	H_2	285.8
കാർബൺ (ഗ്രാഫൈറ്റ്)	C	393.5
കാർബൺ മോണോക്സൈഡ്	CO	283
മീഥേൻ	CH_4	890.4
ബ്യൂട്ടേൻ (പാചകവാതകം)	C_4H_{10}	2877
എഥനോൾ	C_2H_6O	1371
ഒക്ടേൻ (പെട്രോൾ)	C_8H_{18}	5512
ഗ്ലൂക്കോസ്	$C_6H_{12}O_6$	2816
സൂക്രോസ് (പഞ്ചസാര)	$C_{12}H_{22}O_{11}$	5644

ദഹനം (ഓക്സീകരണം) വഴി ധാരാളം ഊർജ്ജം പുറത്തുവിടുന്ന സംയുക്തങ്ങളെ ഊർജ്ജ സമൃദ്ധ (ഊർജ്ജകലവറ) സംയുക്തങ്ങളെന്നാണ് പൊതുവെ പറയാറുള്ളത്. ഈ തന്മാത്രകളിൽ ധാരാളം ഊർജ്ജമുണ്ട് എന്നല്ല ഇതർത്ഥമാക്കുന്നത്. പകരം പൂർണ്ണമായും ഓക്സീകരിക്ക(ദഹനം)പ്പെടുമ്പോൾ ധാരാളം ഊർജ്ജം പുറത്തുവിടുന്നു എന്നതാണ്.

ദഹന എൻഥാൽപിപോലെ തന്നെ എല്ലാതരം രാസപ്രവർത്തനങ്ങൾക്കും അവയുമായി ബന്ധപ്പെട്ട എൻഥാൽപി മാറ്റങ്ങളുണ്ട്. ഉദാസീനീകരണ എൻഥാൽപി (Enthalpy of neutralisation) ഹൈഡ്രജനീകരണ(hudrogenation) എൻഥാൽപി ആറ്റോമീകരണ (atomisation) എൻഥാൽപി തുടങ്ങിയവ ഉദാഹരണം. സംഭവന എൻഥാൽപി മൂല്യങ്ങൾ ഉപയോഗിച്ച് കണക്കു കൂട്ടിയെടുത്ത പ്രതിപ്രവർത്തന എൻഥാൽപികളും പരീക്ഷണം വഴി ലഭിച്ച പ്രതിപ്രവർത്തന എൻഥാൽപികളും തമ്മിലുള്ള യോജിപ്പ് സൈദ്ധാന്തിക നിർണ്ണയങ്ങൾക്ക് വർദ്ധിച്ച അംഗീകാരം ലഭിക്കാൻ കാരണമായിട്ടുണ്ട്. ഒന്നാം താപഗതികനിയമ (ഊർജ്ജസംരക്ഷണനിയമം) ത്തിന്റെ അടിത്തറയിലാണ് ഇവയെല്ലാം സാദ്ധ്യമായിട്ടുള്ളത്. കാർബണിന്റെ അപരരൂപങ്ങളായ വജ്രവും ഗ്രാഫൈറ്റും ഓക്സിജനിൽ കത്തി കാർബൺ ഡൈ ഓക്സൈഡ് ലഭിക്കുമ്പോൾ പുറത്തുവിടുന്ന ഊർജ്ജത്തിന്റെ അളവിൽ വ്യത്യാസമുണ്ട്. ഇത് സ്വാഭാവികമായും അപരരൂപങ്ങൾ തമ്മിലുള്ള എൻഥാൽപി വ്യത്യാസം മൂലമാണ്. അതായത് ഒരു അപരരൂപം മറ്റൊന്നായി രൂപാന്തരം പ്രാപിക്കുമ്പോൾ ഊർജ്ജ വ്യത്യാസമുണ്ടാകുന്നു. ഈ സന്ദർഭത്തിലുണ്ടാകുന്ന എൻഥാൽപി മാറ്റമാണ് രൂപാന്തര എൻഥാൽപി (enthalpy of transition).

10

ഉത്തേജന എൻഥാൽപിയും ഉൽപ്രേരണവും

കഴിഞ്ഞ അദ്ധ്യായത്തിൽ നാം സംയുക്തങ്ങളുടെ സ്ഥിരത സംബന്ധിച്ചാണ് ചർച്ച നടത്തിയത്. ഊർജ്ജപരമായി അസ്ഥിരമെങ്കിലും രാസപരമായി സ്ഥിരമാകാൻ കഴിയും എന്നും നാം കണ്ടു. രാസപരമായി സ്ഥിരമല്ലാത്ത സംയുക്തങ്ങളെ അവയുടെ ചുറ്റുപാടുകളിൽ വ്യത്യാസം വരുത്തി രാസപരമായി താരതമ്യേന സ്ഥിരതയുള്ളത് ആക്കാൻ കഴിയും. ഓസോൺ (O_3) തന്മാത്ര ഇതിന് ഒരുദാഹരണമാണ്.

$O_{3(g)} \rightarrow 1\,{}^{1}/_{2}\,O_2(g) \qquad \triangle H=-$

ഓസോണിന്റെ സംഭവന എൻഥാൽപി ധനമാണ്. ഓക്സിജനിൽ നിന്ന് ഓസോൺ ഉണ്ടാകുമ്പോൾ ഊർജ്ജം അവശോഷിക്കപ്പെടുന്നു. അതുകൊണ്ട് ഓസോൺ ഊർജ്ജപരമായി അസ്ഥിരമാണ്. ഓസോൺ സാധാരണ താപനിലയിൽ ഓക്സിജൻ ആയി വിഘടിക്കുന്നത് ഒരു ഊർജ്ജ മോചക പ്രവർത്തനമാണ്. അതായത് ഓസോൺ വിഘടനത്തിനെതിരെ സ്ഥിരതയുള്ള സംയുക്തമല്ല. എന്നാൽ താപനില കുറച്ചാലോ? താപനില കുറയുമ്പോൾ പ്രതിപ്രവർത്തനനിരക്ക് കുറയുമെന്നതുകൊണ്ട് വിഘടനം പതുക്കെ ആക്കാൻ കഴിയും. അതോടൊപ്പം വിഘടനത്തെ സഹായിക്കുന്ന ഉൽപ്രേരകങ്ങളുടെ സാന്നിദ്ധ്യവും ഇല്ലാതാക്കിയാലോ? ഓസോൺ ഈ

സാഹചര്യങ്ങളിൽ "താരതമ്യേന സ്ഥിരമായി" നിലനില്ക്കും.

ഹൈഡ്രജൻ പെറോക്സൈഡ് തന്മാത്രയുടെ വിഘടനം പരിഗണിക്കുന്നത് കുറെക്കൂടി ഉപകാരപ്രദമായിരിക്കു. ഹൈഡ്രജൻ പെറോക്സൈഡിന്റെ സംഭവന ഊർജ്ജം ഋണമാണ്. ($\triangle$H= - 210 കി ജൂൾ) മൂലകങ്ങളായി വിഘടിക്കുന്നതിനെതിരെ ഇത് സ്ഥിരമാണ്; രാസപരമായും ഊർജ്ജപരമായും സ്ഥിരമാണ്. എന്നാൽ ഹൈഡ്രജൻ പെറോക്സൈഡ് വിഘടിച്ച് ജലമാകുന്നതിനെതിരെ ഊർജ്ജപരമായി സ്ഥിരമല്ല.

$H_2O_2(g) \rightarrow H_2O(l) + 1/_2O_2(g)$

$\triangle H = 96.2$ കി. ജൂൾ/മോൾ

എന്നാൽ സാധാരണ താപനിലയിൽ ഹൈഡ്രജൻ പെറോക്സൈഡ് പതുക്കെ വിഘടിച്ച് ജലമുണ്ടാകുന്നുണ്ട്. അതായത് ഒരു ചെറിയ അളവ് രാസസ്ഥിരത ഉണ്ടെന്ന് അവകാശപ്പെടാം. എന്നാൽ ഉൽപ്രേരകങ്ങളുടെ സാന്നിദ്ധ്യത്തിലും ഉയർന്ന താപനിലകളിലും ഇത് രാസപരമായി സ്ഥിരമല്ല.

കരിയോ പെട്രോളോ പാചകവാതകമോ വായുവിൽ കത്തിയാൽ ധാരാളം ഊർജ്ജം പുറത്തുവിടുമെന്ന് നമുക്കറിയാം. എന്നിട്ടും ഇവയൊന്നും സാധാരണ അവസ്ഥയിൽ സ്വയം കത്തുന്നില്ല. കത്തിക്കണം. കത്തിത്തുടങ്ങിയാൽ മുഴുവനും കത്തിത്തീരുകയും ചെയ്യും. എന്തുകൊണ്ടാണിത്? ഊർജ്ജപരമായി ലാഭകരമായ രാസപ്രവർത്തനം ($\triangle$H ഋണമാകുന്നത്) സ്വതപ്രവർത്തിതമാകാത്തതെന്തുകൊണ്ടാണ്?

വളരെ സരളമായ ഒരു രാസപ്രവർത്തനം പരിശോധിച്ചുകൊണ്ടു നമുക്കിത് വിശദമാക്കാൻ ശ്രമിക്കാം

A-B + C $\rightarrow$ A-C + B $\triangle$H= -ve

ഇവിടെ A-B ബന്ധം മുറിയുകയും A-C ബന്ധമുണ്ടാവുകയും വേണം. ഒരു അയോണിക ക്രിസ്റ്റലുണ്ടാകുമ്പോഴത്തെ വ്യത്യസ്ത ഘട്ടങ്ങളും അവയുമായി ബന്ധപ്പെട്ട എൻഥാൽപി മാറ്റങ്ങളും ബോൺ-ഫാബർ ചക്രം പരിഗണിച്ചപ്പോൾ നാം കണ്ടതാണ്. ഒരു സഹസംയോജക ബന്ധത്തിന്റെ കാര്യത്തിൽ ഇതെങ്ങനെയായിരിക്കും. ഒരു സാദ്ധ്യത A-B ബന്ധം പൂർണ്ണ

മായും മുറിഞ്ഞു രണ്ട് ആറ്റങ്ങളും സ്വതന്ത്രമാവുകയും സ്വതന്ത്ര A ആറ്റത്തോട് C ചേരുകയുമാണ്. A - B ബന്ധം മുറിയുന്നതിന് ഊർജ്ജം ചെലവിടണം. A - B ബന്ധം മുറിയുന്നതിന് ചെലവിടുന്നതിനേക്കാൾ കൂടുതൽ ഊർജ്ജം A-C ബന്ധമുണ്ടാകുമ്പോൾ പുറത്തുവരും. അതുകൊണ്ട് രാസപ്രവർത്തനം ഊർജ്ജമോചകം ($\triangle$H= -ve) ആണ്. എന്നാൽ A-B ബന്ധം മുറിഞ്ഞാലല്ലേ തുടർന്നുള്ള ഘട്ടം നടക്കുകയുള്ളൂ. അതായത് രാസപ്രവർത്തനം തുടങ്ങിയിടുന്നതിനു വേണ്ട ഊർജ്ജം ആദ്യം നല്കേണ്ടതുണ്ട്.

$$A\text{-}B \rightarrow A^* + B^* \qquad \triangle H = +ve$$

$$A^* + C \rightarrow A\text{-}C \qquad \triangle H = -ve$$

മറ്റൊരു സാദ്ധ്യതകൂടി നമുക്കു പരിഗണിക്കാം. A-B തന്മാത്രയോട് C അടുത്തു വരുന്നു. A-B ബന്ധം ഭാഗികമായി വിഘടിക്കുകയും A-C ബന്ധം ഭാഗികമായി ഉണ്ടാവുകയും ചെയ്യുന്നു.

C + A - B → C.........A..........B (1)

അടുത്തഘട്ടത്തിൽ CA ബന്ധം ദൃഢമാവുകയും B പുറത്താവുകയും ചെയ്യുന്നു.

C..........A...........B → C-A+B (2)

രണ്ടുഘട്ടങ്ങളും ചേർന്ന്.

C+A-B → C........A......B → C-A+B

എന്നെഴുതാം. ഇവിടെ ഇടയിലുള്ള മദ്ധ്യവർത്തി (intermediate) വസ്തുവിനെ (അങ്ങനെയൊന്നു നിലനില്ക്കണമെന്നില്ല) സംക്രമണ അവസ്ഥ (transition state) എന്നാണ് പറയുന്നത്. അഭികാരകങ്ങളിൽ നിന്ന് ഉല്പന്നങ്ങളിലേക്കുള്ള സഞ്ചാരപഥത്തിൽ ഏറ്റവും ഊർജ്ജം കൂടിയ അവസ്ഥയാണ് ഈ സംക്രമണ അവസ്ഥ. ഇത്രയും ഊർജ്ജമുള്ള അവസ്ഥയിൽ എത്തിയാൽ മാത്രമേ ഉല്പന്നങ്ങൾ ഉണ്ടാകുന്ന പ്രവർത്തനം നടക്കുകയുള്ളൂ. അഭികാരകങ്ങൾ, ഉല്പന്നങ്ങൾ,

സംക്രമണഅവസ്ഥ എന്നിവയുടെ ഊർജ്ജബന്ധം ചിത്രം 4 ൽനിന്ന് വ്യക്തമാണ്.

ചിത്രം 4 സംക്രമണ അവസ്ഥയുടെ ഊർജ്ജബന്ധം

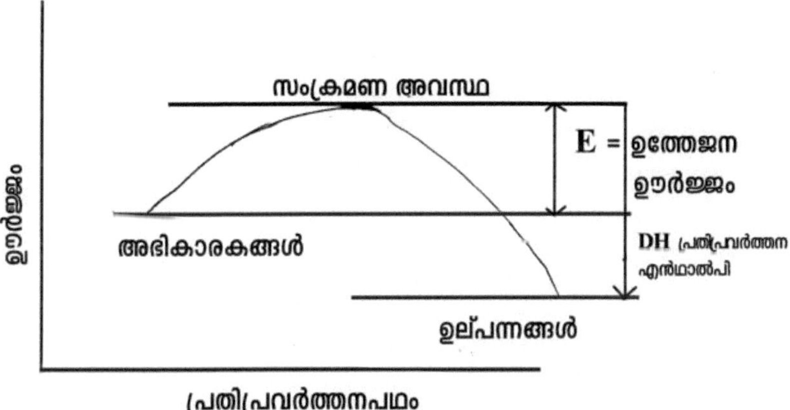

സംക്രമണ അവസ്ഥയും അഭികാരകങ്ങളും തമ്മിലുള്ള ഊർജ്ജ (എൻഥാൽപി) വ്യത്യാസത്തെ ഉത്തേജനഊർജ്ജം എന്നു പറയുന്നു (E). ചിത്രത്തിൽ കാണിച്ചിട്ടുള്ള പ്രതിപ്രവർത്തനം ഊർജ്ജമോചകമാണെന്നു കാണാം. എങ്കിലും ഇത്രയെങ്കിലും (E) ഊർജ്ജം നല്കിയാൽ മാത്രമേ ഉല്പന്നങ്ങളായി മാറുന്ന പ്രതിപ്രവർത്തനം നടക്കുകയുള്ളൂ. കരിയോ മറ്റു കാർബണിക ഇന്ധനങ്ങളോ വായുവിൽ സ്വയം കത്താതെ ദഹനത്തിനെതിരെ രാസപരമായി സ്ഥിരത പ്രകടിപ്പിക്കുന്നതെന്തുകൊണ്ടെന്ന് ഇപ്പോൾ വ്യക്തമാകും.

ഇക്കാര്യം നമുക്ക് മറ്റൊരു രീതിയിലും പരിശോധിക്കാം. എളുപ്പത്തിനുവേണ്ടി നമുക്ക് വാതക അവസ്ഥയിലുള്ള രാസപദാർത്ഥങ്ങൾ തമ്മിലുള്ള രാസപ്രവർത്തനം പരിഗണിക്കാം. വാതക തന്മാത്രകൾക്കിടയിൽ ഊർജ്ജം ക്രമരഹിതമായാണ് വിതരണം ചെയ്യപ്പെട്ടിരിക്കുന്നത്. കൂടിയ ഊർജ്ജമുള്ള കുറച്ചു തന്മാത്രകളും കുറഞ്ഞ ഊർജ്ജമുള്ള ധാരാളം തന്മാത്രകളുമുണ്ടാകും. താപനിലയിൽ മാറ്റം വരുന്നതിനനുസരിച്ച് ഊർജ്ജ വിതരണത്തിലും മാറ്റം സംഭവിക്കും. തന്മാത്രകൾ ക്രമരഹിത

മായ ചലനത്തിലാണെന്നും അതിന്റെ ഫലമായി തമ്മിൽ തമ്മിൽ കൂട്ടിയിടിക്കുന്നുണ്ടെന്നും നമുക്കറിയാം. താപനിലയിലെ വർദ്ധനവ് ഇത്തരം കൂട്ടിമുട്ടലുകളുടെ എണ്ണവും വർദ്ധിപ്പിക്കും. A_1, A_2 എന്നീ രണ്ടു തന്മാത്രകൾ കൂട്ടിമുട്ടുന്നതു പരിശോധിക്കാം. കൂട്ടിമുട്ടലിന്റെ ഭാഗമായി ഊർജ്ജ കൈമാറ്റവും നടക്കും. A_2 വിൽനിന്ന് ഊർജ്ജം നേടിയ A_1 ഊർജ്ജം കൂടിയ (ഉത്തേജിത) അവസ്ഥയിൽ എത്തും.

$$A_1 + A_2 \rightarrow A_1^* + A_2$$

അടുത്ത കൂട്ടിമുട്ടലിൽ ഈ ഊർജ്ജകൈമാറ്റം തിരിച്ചും നടക്കാം.

$$A_1^*+A_2 \rightarrow A_1+A_2$$

അതായത് ഉത്തേജിതമായ തന്മാത്ര ഊർജ്ജം നഷ്ടപ്പെട്ട് സാധാരണ നിലയിലേക്ക് മടങ്ങുകയും ചെയ്യാം. ഇത്തരത്തിൽ ഊർജ്ജം കൂടുതൽ ഉള്ള തന്മാത്രകൾ ഉയർന്ന കമ്പന നിലയിലെത്തി വിഘടന വിധേയമാകുന്നു. താപനില കൂട്ടുന്നതനുസരിച്ച് ഊർജ്ജം കൂടുതലുള്ള തന്മാത്രകളുടെ എണ്ണവും കൂടും. അപ്പോൾ ഉത്തേജിതമായ തന്മാത്രകളും എണ്ണവും കൂടും. ഇതിന്റെ ഫലമായാണ് രാസപ്രവർത്തന വേഗം വർദ്ധിക്കുന്നത്.

ഒരു ദ്വി അണുക തന്മാത്രയും ഒരു അയോണും തമ്മിലുള്ള പ്രതിപ്രവർത്തനം പരിഗണിക്കാം. ഒരു ആൽക്കൈൽ ഹാലൈഡ് ഹൈഡ്രോക്സൈഡ് അയോണുമായി ചേർന്ന് ആൽക്കഹോൾ ഉണ്ടാകുന്ന രാസപ്രവർത്തനം.

$$R\text{-}Br+OH^- \rightarrow R\text{-}OH+Br^-$$

OH- അയോൺ ആൽക്കൈൽ ബ്രോമൈഡിനോട് അടുത്തുവരുംതോറും R-Br ബന്ധം ദുർബ്ബലപ്പെടാനും R-OH ബന്ധം രൂപപ്പെടാനും തുടങ്ങും. മുൻപ് നാം പരിചയപ്പെട്ട സംക്രമണ അവസ്ഥയാണിവിടെ ഉണ്ടാകുന്നത്.

$$OH^-+R\text{-}Br \rightarrow$$

$$[HO..........R...........Br] \rightarrow HO{=}R+Br$$

[HO-.....R.........Br] എന്നത് ഊർജ്ജം കൂടിയ ഉത്തേജിത അവസ്ഥയാണ്. രാസപ്രവർത്തന പഥത്തിലെ ഏറ്റവും കൂടിയ ഊർജ്ജമുള്ള സ്ഥാനമാണിതെന്നും മനസ്സിലാക്കാം. ഈ അവ

സ്ഥയിലെത്തിയാൽ മാത്രമേ രാസപ്രവർത്തനം നടന്ന് ഉല്പ ന്നങ്ങളുണ്ടാകൂ. ഇത് ചിത്രം 4 ൽ കാണിച്ച അതേ അവസ്ഥ തന്നെയാണ്. സംക്രമണ അവസ്ഥ എന്നതിനു പകരം ഉത്തേ ജിത അവസ്ഥ (activated state) എന്ന് എഴുതിയാൽ മതി. ഉത്തേജിത അവസ്ഥയും അഭികാരകങ്ങളും തമ്മിലുള്ള ഊർജ്ജ വ്യത്യാസം ആണ് ഉത്തേജന ഊർജ്ജം (Activation energy) എന്നു പറയുന്നത് (E). നമുക്കിതിനെ ഉത്തേജന മ തിൽ (Activation barrier) എന്നു പറയാം. ഈ മതിൽ കട ന്നാൽ മാത്രം, അതായത് അഭികാരകങ്ങൾക്ക് ഇത്രയും കൂടു തൽ ഊർജ്ജം സ്വായത്തമാക്കിയാൽ മാത്രമേ രാസപ്രവർത്ത നവിധേയമായി ഉല്പന്നങ്ങൾ നല്കാൻ കഴിയുകയുള്ളൂ. നാം പരിഗണിച്ച ഉദാഹരണത്തിൽ Br-R ബന്ധം മുറിയുന്നതിനാ വശ്യമായ ഊർജ്ജം ഭാഗികമായി R-OH ബന്ധമുണ്ടാകുന്ന തിൽനിന്ന് ലഭ്യമാകുന്നുണ്ട്. രാസപ്രവർത്തനം ഏതുരീതിയി ലാണ് നടക്കുന്നത് എന്നത്, അതായത് രാസപ്രവർത്തനവിധി (reaction mechanism) ആണ് പ്രവർത്തന പന്ഥാവിനെയും ഉത്തേജന ഊർജ്ജത്തെയും നിർണ്ണയിക്കുക എന്നർത്ഥം.

ഒരേ രാസപ്രവർത്തനം ഒന്നിലേറെ രീതികളിൽ നടക്കു ന്നുണ്ട്. ഒറ്റഘട്ടമായും ഒന്നിലേറെ ഘട്ടങ്ങളായും രാസപ്ര വർത്തനം നടക്കാമെന്ന് നാം മുൻപ് മനസ്സിലാക്കിയതാണ്. മെക്കാനിസം ഏതായാലും ഉല്പന്നങ്ങളും അഭികാരകങ്ങളും തമ്മിലുള്ള ഊർജ്ജ (എൻഥാൽപി) വ്യത്യാസം (ΔH) ഒന്നു തന്നെയായിരിക്കണം എന്നും നമുക്കറിയാം. അപ്പോൾ വ്യത്യാ സപ്പെടുക ഉത്തേജന ഊർജ്ജമാണ്. അഭികാരകങ്ങൾ കടന്നു കയറേണ്ട ഉത്തേജന മതിലിന്റെ ഉയരം കുറയുമെന്നു സാരം. ഉത്തേജന ഊർജ്ജം കുറഞ്ഞാൽ രാസപ്രവർത്തന വേഗം കൂടു മെന്നും രാസപ്രവർത്തന നിരക്ക് കൂടുമെന്നും വ്യക്തമാണല്ലോ. ഇതാണ് ഉൽപ്രേരകങ്ങൾ (Catalysts) ഉപയോഗിക്കുമ്പോൾ സംഭവിക്കുന്നത്. ഉത്തേജന ഊർജ്ജം കുറയുന്നു. അതുമൂലം രാസപ്രവർത്തനനിരക്ക് കൂടുന്നു. രാസപ്രവർത്തനവിധി (mechanism)യിൽ വരുന്ന വ്യത്യാസം മൂലമാണിതെന്ന് വ്യക്ത മായല്ലോ. പട്ടിക 8 ൽ വ്യത്യസ്ത ഉൽപ്രേരകങ്ങളുടെ സാന്നി

ദ്ധ്യത്തിലുള്ള ഉത്തേജന ഊർജ്ജമൂല്യങ്ങൾ നല്കിയിരിക്കുന്നു.

പട്ടിക 8
ഉൽപ്രേരകങ്ങളുടെ സാന്നിദ്ധ്യത്തിലെ ഉത്തേജന ഊർജ്ജ മൂല്യം

രാസപ്രവർത്തനം	ഉൽപ്രേരകം	ഉത്തേജന ഊർജ്ജം E=കി. ജൂൾ/മോൾ
$2HI \rightarrow H_2+I_2$	ഇല്ല	183
	സ്വർണ്ണം (An)	105
	പ്ലാറ്റിനം (Pt)	58
$2H_2O_2 \rightarrow 2H_2O+O_2$	ഇല്ല	75.3
	കൊളോയ്	
	ഡൽപ്ലാറ്റിനം	48.9
	എൻസൈം	23

ഉത്തേജന മതിലിന്റെ ഉയരം കുറച്ച് എളുപ്പവഴിയിലൂടെ രാസപ്രവർത്തനം സാദ്ധ്യമാക്കുന്ന ഉൽപ്രേരകത്തിന്റെ പങ്ക് പട്ടികയിൽനിന്നും വ്യക്തമാകും. രാസപ്രവർത്തന മെക്കാനിസം രസതന്ത്രത്തിലെ കൗതുകകരമായ ഒരു ഭാഗമാണ്.

9 789386 637680

Printed by Libri Plureos GmbH in Hamburg, Germany